AF759429

ഏകാന്തതയുടെ കടൽ

Ekanthathayude Kadal
Stories

Beena Sajeev

CHINTHA PUBLISHERS
Thiruvananthapuram

© Rights Reserved
All rights reserved. No part of this publication may be reproduced, transmitted, or stored in a retrieval system in any form or by any means without the written permission of the publisher.

First Edition
July 2022

Published & Typesetting
Chintha Publishers, Thiruvananthapuram

Printed at
Repro India Ltd, Mumbai.

Cover Design
Vinod Mangoes

ISBN - 978-93-94753-12-9

CO - 3123 / 6022

Email: chinthapublishers@gmail.com
Website: www.chinthapublishers.com

A version is available at National Libraries
Kolkata, Mumbai, Chennai and Delhi

Distribution
DESHABHIMANI BOOKHOUSE
H O Thiruvananthapuram 695035

Branch
Head Office Kunnukuzhi • Statue Thiruvananthapuram
KSRTC Bus Terminal Thampanoor • Saphalyam Complex Thiruvananthapuram
KSRTC Bus Station Alappuzha • KSRTC Bus Station Ernakulam
Machingal Lane Thrissur • IG Road Kozhikode
Mavoor Road Kozhikode • NGO Union Building Kannur
Central Bus Terminal Complex Thavakkara Kannur

ഏകാന്തതയുടെ കടൽ

ബീനാ സജീവ്

ചിന്ത പബ്ലിഷേഴ്സ്
തിരുവനന്തപുരം-695 035

ബീനാ സജീവ്

കൊല്ലം ജില്ലയിലെ കൊട്ടാരക്കരയിൽ ജനിച്ചു.

അച്ഛൻ: ശ്രീ. എൻ സി കൊട്ടാരക്കര. അമ്മ: എം കമലാക്ഷിയമ്മ. വിദ്യാഭ്യാസം: പൊളിറ്റിക്കൽ സയൻസിൽ ബിരുദാനന്തര ബിരുദം.

കൃതികൾ: *മലമുകളിലെ ദൈവങ്ങൾ*, *എല്ലാ പകൽപ്പക്ഷികൾക്കും*, *കടൽപ്രണയങ്ങൾ* (കഥാസമാഹാരങ്ങൾ).

ഭർത്താവ് : സി സജീവ് (ഡെപ്യൂട്ടി കളക്ടർ)
മക്കൾ : ഗ്രീഷ്മ, ആരോമൽ
വിലാസം : ബീനാ സജീവ്
ഗ്രീഷ്മശ്രീ
ഓടനാവട്ടം പി ഒ, കൊട്ടാരക്കര
ഫോൺ : 9400863591
email : sajeevebeena@gmail.com

ഉള്ളടക്കം

സമർപ്പണം

രുദ്രമോൾക്ക്

പ്രസാധകക്കുറിപ്പ്

കഥയുടെ ആന്തരിക ഘടനയിൽ ശ്രദ്ധിക്കുന്ന എഴുത്തുകാരിയാണ് ബീനാ സജീവ്. വർത്തമാനകാലത്തോട് കലഹിക്കുന്ന എന്തോ ഒന്ന് കഥാകാരിയുടെ മനസ്സിനെ പ്രക്ഷുബ്ധമാക്കുന്നുണ്ട്. കർക്കിടകക്കടൽപോലെ ഇളകിമറിയുന്ന അദൃശ്യക്കടൽ ബീനയുടെ കഥകളിൽ ഇരമ്പുന്നത് നമുക്ക് കേൾക്കാം. ഏകാന്തത മനുഷ്യവ്യഥകളിൽ ഏറ്റവും തീവ്രതരമാണ്. ഏകാന്തതയുടെ ഉൾച്ചുഴിയിൽപ്പെട്ടുഴലുന്നവരുടെ ആത്മഭാഷണങ്ങളാണ് ബീനയുടെ കഥകൾ. സ്ത്രീജീവിതത്തിന്റെ സവിശേഷമായ ഉൾപ്പിടച്ചിലുകൾ പേറുന്നു ഈ കഥകൾ. മലയാള ചെറുകഥയുടെ പുതിയ ശബ്ദം ബീനയുടെ കഥകളിൽ നിശ്ശബ്ദമുഴക്കമായി അനുഭവപ്പെടും.

ചിന്ത പബ്ലിഷേഴ്സ്

“**അ**നന്തമായ കാലപ്രവാഹങ്ങളിലൂടെ വീണുടയുന്ന നീർത്തുള്ളികളായി ജീവിതങ്ങൾ മാഞ്ഞുമറയുമ്പോൾ എല്ലാ കാലങ്ങൾക്കുമക്കരെ, ഏകാന്തതയുടെ ഒരു കടൽ എപ്പോഴുമുണർന്നിരുന്നേക്കാം. ആ കടലിനു മീതെയാകാം ആയിരം വർണ്ണച്ചിറകുകളുമായി പൂത്തുമ്പികൾ പറയുന്നുയരുന്നത്. സ്നേഹക്കടലുകളെയും സ്വപ്നം കണ്ട്.”

ഏകാന്തതയുടെ കടൽ

എനിക്കിപ്പോൾ നിന്നെ കാണാം. അടുത്ത്, വളരെ അടുത്ത്. നിന്റെ കണ്ണുകളിലെ ഒരിക്കലും അവസാനിക്കാത്ത തിളക്കം, അഗാധ നീലിമ, ചുണ്ടുകളിലെ മാസ്മരികമായ തേൻതുടിപ്പ്, കവിളിൽ വിടർന്നു നില്ക്കുന്ന ചുവന്നപൂക്കൾ, നിവേദിത – നീയിപ്പോൾ എന്റെയടുത്ത്, എത്രയരികിലാണെന്നോ. കാറ്റ് നിന്റെ നീളൻ മുടിയിഴകളെ വെറുതെ ചലിപ്പിച്ച് എന്തോ പതുക്കെ മന്ത്രിക്കുന്നുണ്ട്. ഒരുപക്ഷേ, കാറ്റിന് നിന്നോടുള്ള അഗാധ അനുരാഗത്തിന്റെ അലകളാവാമത്. കാറ്റ് സത്യത്തിൽ ഒരു കാമുകൻ തന്നെയല്ലേ.

ഞാനീ ഒറ്റപ്പെട്ട കൂടാരത്തിൽ തികച്ചും ഏകനാണ്. എനിക്കുമുന്നിൽ നീ മാത്രമേയുള്ളു. കാറ്റ് ഇപ്പോൾ ഇവിടെ വീശിത്തുടങ്ങുകയാണ്. അകലെ കാണുന്ന കുന്നിൻ ചരുവുകളിലെവിടെയോ നിന്ന് മഞ്ഞമരത്തലപ്പുകളെ തഴുകി തലോടിയെത്തിയ കാറ്റ്, ഈ കൂടാരത്തിന്റെ വെളിയിലൂടെ പടർന്നുകിടക്കുന്ന വള്ളിപ്പടർപ്പുകൾക്കിടയിലൂടെ എന്തിനെയോ തേടി വീണ്ടും വീണ്ടും വീശുകയാണ്. പകുതി തുറന്നുവച്ച വാതിൽപ്പാളി പലപ്പോഴും കാറ്റിൽ അങ്ങോട്ടുമിങ്ങോട്ടുമുലയുമ്പോൾ, ഞാൻ നിന്റെ നിശ്വാസങ്ങൾ മാത്രമോർത്ത് ഈ ഡയറിക്കുറിപ്പിലൂടെ കടന്നുപോവുകയാണ്. എപ്പോൾ വേണമെങ്കിലും കാറ്റ് ഈ വാതിൽപ്പാളിയെ വലിച്ചടയ്ക്കുകയോ അല്ലെങ്കിൽ ദൂരേക്ക് വലിച്ചെറിയുകയോ ചെയ്യും. പക്ഷേ, പ്രിയമുള്ളവളെ ഞാനൊന്നിനെയും ഭയക്കുന്നില്ല. ഭയം – ജീവിതത്തിന്റെ എല്ലാ വർണ്ണങ്ങളെയും തല്ലിക്കെടുത്തുകയും നിലയില്ലാ കയങ്ങളിലേക്ക് മനുഷ്യരെ വലിച്ചെറിയുകയും ചെയ്യുമെന്ന് ഞാൻ പലപ്പോഴുമോർക്കാറുള്ളതാണ്. പക്ഷേ, ഒന്നറിയുന്നുണ്ട്, എപ്പോൾ

വേണമെങ്കിലും കടന്നുവരാവുന്ന ഒരു കൂരിരുട്ട് മനസ്സിനെ വല്ലാതെ മഥിക്കുകയോ ഭയപ്പെടുത്തുകയോ ചെയ്യുന്നുണ്ട്. നീ തരുന്ന ഊർജ്ജം, പ്രണയത്തിന്റെ ഊർജ്ജം, അത് ചെറുതല്ല. നീ എനിക്കു മുന്നിൽ ഒരിക്കലുമൊരോർമ്മയല്ല. അരികിലൊരു നിറച്ചാർത്തായി നീ എപ്പോഴുമുണ്ട് എന്റെ കൂടെ. ഓർമ്മകൾക്ക് നിർവ്വചനങ്ങൾ എന്താണെന്ന് അറിയില്ല. പക്ഷേ, ഒന്നു പറയട്ടെ, ഈ ലോകത്തിൽ പടർന്നുകൊണ്ടിരിക്കുന്ന കൂരിരുള് നമ്മളെ മാത്രമല്ല, സകലചരാചരങ്ങളെയും വാരിവിഴുങ്ങുന്നൊരു കാലം എത്രയകലെയാണെന്ന് അറിയില്ല. വാപിളർന്നു നില്ക്കുന്ന ഒരു ഹിംസ ജന്തുവായി അത് നമ്മുക്ക് മുന്നിലുണ്ട്.

ഇവിടെയീ തടാകക്കരയിൽ ഞാൻ നിന്റെ മടിയിൽ തലവച്ച് ആകാശത്തേക്ക് - നോക്കി എത്രയോ നാളുകളായി സ്വപ്നങ്ങളെ തഴുകുകയാണ്. ആകാശ പരപ്പിലൂടെ നമ്മളൊന്നിച്ചു ചിറകുവിരിച്ച് പറക്കുന്നൊരു വർണ്ണലോകത്തെ ഞാൻ പലപ്പോഴും എന്റെ ഹൃദയത്തിലോമനിക്കുന്നുണ്ട്. ഈ തടാകക്കരയിലേക്ക് എത്രവേഗം കൂരിരുൾ കടന്നുവരുമെന്നെനിക്കറിയില്ല. എങ്കിലും പ്രിയമുള്ളവളെ, ഈ കൂടാരത്തിലെ തണുത്ത തറയിലെ വിരിച്ച പുൽപ്പായയിൽ കിടന്ന് നിന്റെ നിശ്വാസങ്ങളെ മാത്രം സ്വപ്നം കാണുമ്പോഴുമെനിക്കറിയാം, അകലങ്ങളിൽനിന്ന് അലറിവരുന്ന ചെന്നായ്ക്കൂട്ടങ്ങളുടെ ഓരിയിടൽ. കൂർത്ത നഖങ്ങളുമായി ആകാശത്തിനുമുകളിൽ വട്ടമിട്ടു പറക്കുന്ന മനുഷ്യത്തീനിപക്ഷികൾ മാംസത്തിന്റെ ഗന്ധം മാത്രം തേടിയലയുമ്പോൾ, ഞാനീ തണുത്ത തറയെ മുറുകെ പുണർന്ന് മറ്റൊരു ലോകത്തിനുവേണ്ടി ഹൃദയംകൊണ്ട് കൊതിക്കുകയാണ്. പടർന്നുകിടക്കുന്ന വള്ളിപടർപ്പുകളിലൂടെ വിടരുകയോ കൊഴിയുകയോ ചെയ്തുകൊണ്ടിരിക്കുന്ന കൊച്ചു കൊച്ചു പൂമൊട്ടുകളുടെ ആത്മാവിലൂടെ അവസാനിക്കാത്ത പ്രകാശത്തിന്റെ, പ്രണയത്തിന്റെ നീരൊഴുക്കൾ ഉണരുമ്പോൾ ഞാൻ നിന്റെ കവിൾത്തടങ്ങളെയാണ് കാണുന്നത്. ആ കവിൾത്തടങ്ങളിൽ ഉണർന്നു നില്ക്കുന്ന ചുവന്ന പൂക്കളെയാണ്. ആ ചുവന്ന പൂക്കളിലൂടുണരുന്ന സ്നേഹത്തിന്റെ മായാമന്ത്രങ്ങൾക്കുമാത്രമേ ഈ ലോകത്തിന്റെ ഇരുളിനെ അതിജീവിക്കുവാൻ കഴിയുകയുള്ളുവെന്ന് ഞാനെന്റെ ഡയറിയിൽ കുറിച്ചിടുകയാണ്. അവസാനിക്കാത്ത ഒരേകാന്തതയുടെ കടലിലൂടെയാണ് ഞാനെന്റെ ശോഷിച്ച കൈകളും കാലുകളുമായി തുഴയുന്നത്. അറ്റം കാണാത്ത കടൽപ്പരപ്പിലൂടെ തുഴഞ്ഞുനീങ്ങുന്ന ഒരുപാട് മനുഷ്യജന്മങ്ങളെ എനിക്കിവിടെ കിടന്നുകൊണ്ട് കാണാൻ കഴിയുന്നുണ്ട്.

നിവേദിതാ, നീയിപ്പോൾ എവിടെയാണ്, എനിക്കതറിയില്ല. പക്ഷേ, ഒരിക്കലൂടെ പറയട്ടെ, നീയെന്നരികിൽ തന്നെയുണ്ട്. നിന്റെ രക്തത്തുള്ളികൾക്ക് മുഴുവൻ ഈ ലോകത്തിനോട് പറയുവാനുള്ളത് എന്താണെന്ന് എനിക്കറിയാം. ഹിംസയുടേതല്ലാത്തൊരു ലോകത്തെ സ്വപ്നം കണ്ടുകൊണ്ട് നമ്മൾ നടന്നുതീർത്ത വഴികളിലൊക്കെ വിടർന്നു നിന്ന ചുവന്നപൂക്കളുടെ സുഗന്ധത്തിന് നമ്മളെ മറ്റേതോ ലോകത്തിലേക്ക്

അറിയാതെ കൊണ്ടുപോകുവാൻ കഴിയുമായിരുന്നു. പ്രിയപ്പെട്ടവളെ, ലോകത്ത് എത്രത്തോളം കൂരിരുൾ പരന്നുതുടങ്ങിയെന്ന് തിരിച്ചറിയാൻ നമ്മൾ വൈകിയിരുന്നോ? ഇന്നത്തെയീ ഏകാന്തതയുടെ കടൽ എനിക്കു സമ്മാനിക്കുന്ന ഒടുങ്ങാത്ത വേദനയിൽ ഞാനീ ഡയറിക്കുറിപ്പുകളിലൂടെ നിന്നോട് സംസാരിക്കുകയാണ്. ഈ കൂടാരത്തിനു വെളിയിലെ ചതുപ്പുനിലങ്ങളിൽ തഴച്ചുവളരുന്ന മുൾപ്പടർപ്പുകളുണ്ട്. ആ മുൾപ്പടർപ്പുകൾക്കിടയിലൂടെ പകൽപോലും ഇരുട്ട് കട്ടപിടിക്കുമ്പോൾ എനിക്കറിയാം – ഈ ഏകാന്തതയുടെ കടലിലാണ് ഞാനെന്റെ ആത്മാവിനോട് നിരന്തരം സംവദിക്കുന്നത്. കാട്ടുമുൾച്ചെടികൾക്കിടയിലൂടെ ഊർന്ന് വീഴുന്ന വെളിച്ചത്തിന്റെ തുള്ളികൾക്ക് ആയുസ്സില്ലെന്നും, അവ നിഴൽപോലെ മാഞ്ഞുമാഞ്ഞുപോവുകയാണെന്നും എനിക്കീ കൂടാരത്തിലിരുന്നുകൊണ്ട് കാണുവാൻ കഴിയുന്നുണ്ട്. ആകാശത്തിനപ്പുറത്ത് എവിടെനിന്നോ കൂട്ടമായി പറന്നുവന്ന് മുൾപ്പടർപ്പുകൾക്കിടയിലെ ഇരുളിലൂടെ, ഏകാന്തതയുടെ ഭയപ്പെടുത്തുന്ന ചിറകടിയൊച്ചകളുമായി കലപിലകൂട്ടുന്ന പേരറിയാത്ത പക്ഷിക്കൂട്ടങ്ങൾ അകലെയെവിടെയോ മറ്റേതോ ലോകത്തേക്കുതന്നെ പറന്നുയർന്ന് അപ്രത്യക്ഷമാകുന്നതും എനിക്കീ കൂടാരത്തിലിരുന്നാൽ കാണാം. അവയുടെ കണ്ണുകൾ തീക്കട്ടകൾ പോലെ ജ്വലിക്കുന്നതും ചിറകുകൾ ഘോരസർപ്പങ്ങളെപ്പോലെ ആകാശത്തു വീശുന്നതും സത്യത്തിൽ എന്നെ ഭയപ്പെടുത്തുന്നുണ്ട്. അവ ഏതു ലോകത്തുനിന്നു വരുന്നു, ഏതു ലോകത്തേക്ക് പോകുന്നു; ഒന്നുമെനിക്കറിയില്ല. വിശപ്പിന്റെ ആളിക്കത്തൽ പലപ്പോഴുമെന്നെ തളർത്താറുണ്ട്. ആഴ്ചയിൽ വല്ലപ്പോഴുമൊരിക്കൽ മാത്രം എന്റെ മുന്നിലേക്ക് നീട്ടപ്പെടുന്ന ഭക്ഷണപാത്രത്തിലെ വിഭവങ്ങൾക്ക് എന്റെ ജീവൻ നിലനിർത്താനേ കഴിയുകയുള്ളു. എന്റെ ബുദ്ധി പ്രവർത്തിക്കാതിരിക്കാൻ, എന്റെ മസ്തിഷ്കത്തെ തളർത്താൻ ഭക്ഷണം തരാതിരുന്നാൽ കഴിയുമെന്ന് ചിന്തിക്കുന്ന ഇരുട്ടിന്റെ ശക്തികളെ ഞാനെന്റെ കണ്ണുകൾകൊണ്ട് കാണുന്നേയില്ല. പക്ഷേ, എപ്പോഴുമവരുടെ സാന്നിദ്ധ്യം എനിക്കുചുറ്റുമുണ്ട്. അവരുടെ കൂർത്ത നഖങ്ങൾ എന്റെ മസ്തിഷ്കത്തിലേക്ക് ആണ്ടിറങ്ങുമ്പോഴും ഞാൻ ഹൃദയംകൊണ്ട് കരയുന്നില്ല. ആ സാന്നിദ്ധ്യത്തിന്റെ ഭയാനകതയിലും പ്രിയമുള്ളവളെ, നിന്റെ കണ്ണുകളിലെ നീലിമയെയും ചുണ്ടുകളിലെ മാസ്മരികമാം തേൻതുള്ളികളെയും കവിളുകളിൽ വിടർന്നു നില്ക്കുന്ന ചുവന്ന പൂക്കളെയും എനിക്ക് തൊട്ടറിയാൻ കഴിയുന്നുണ്ട്. നീയാ ഇരുൾ വീഴാൻ തുടങ്ങിയ സന്ധ്യയുടെ വേദനയെ മറക്കാൻ പറയണമെന്ന് എപ്പോഴും ഞാനോർത്തു. പക്ഷേ, എനിക്കങ്ങനെ പറയാൻ കഴിയുന്നില്ല. കാരണം, വേദന, വേദന തന്നെയാണ്. അതെത്ര മൂടിവച്ചാലും ചിറകടിച്ചുവന്ന് നമ്മുടെ ഹൃദയത്തെ കൊത്തിനുറുക്കുകതന്നെ ചെയ്യും. സത്യത്തിൽ നിന്ന് ഒളിച്ചോടാൻ വയ്യ. ആകാശത്ത് അപ്പോൾ ഒരൊറ്റപ്പെട്ട നക്ഷത്രം എവിടെയോ മിന്നിത്തുടങ്ങിയിരുന്നു. സന്ധ്യക്ക് വിടരുന്ന പൂക്കളുടെ ഗന്ധംകൊണ്ട് കാറ്റ്

നിറഞ്ഞു തൂവുന്നുണ്ടായിരുന്നു. ഞാനപ്പോൾ ആ ഗാനത്തിന്റെ രചനയിലായിരുന്നു. നിന്നെയോർത്തുകൊണ്ട് തന്നെയാണ് ഞാനാവരികൾ കടലാസിലേക്ക് പകർത്തിയത്. നിന്നെയോർക്കുമ്പോൾ എന്റെ വരികൾക്ക് കിട്ടുന്ന ഊർജ്ജം പ്രണയത്തിന്റേതു മാത്രമല്ല, വിപ്ലവത്തിന്റേതുകൂടിയാണ്. പ്രണയവും വിപ്ലവവും, വിപ്ലവവും പ്രണയവും. രണ്ടും ഇഴചേർന്ന് അലിയുമ്പോൾ വിടരുന്ന പ്രകാശത്തിന്റെ അലകൾക്ക് ലോകത്തെ ഭ്രമിപ്പിക്കുവാൻ തന്നെ കഴിയും. എന്തിനാണീ കൂരമ്പുകൾ പാവം പക്ഷികൾക്കുനേരെ തൊടുത്തുയർത്തുന്നതെന്ന് ഒരിക്കലും ചോദിക്കാതിരുന്നാൽ – സ്വയം ശിക്ഷിക്കപ്പെട്ട് ജീവിതത്തിൽ നിന്ന് ഒളിച്ചോടേണ്ടി വരും. മലമടക്കുകളിൽ നിന്നൊഴുകിവന്ന തണുത്ത കാറ്റിൽ അറിയാത്ത പൂക്കളുടെ ഗന്ധമായിരുന്നു നിറഞ്ഞിരുന്നത്. എങ്കിലും ഞാനാ ഏഴിലം പാലപ്പൂക്കളുടെ ഗന്ധത്തെ തിരിച്ചറിഞ്ഞ് അതിന്റെ ലഹരിയിലൂടെ ആ ഗാനത്തിന്റെ വരികൾ കടലാസിലേക്ക് പകർത്തിയപ്പോൾ, സന്ധ്യ നിശ്ശേഷം മാഞ്ഞ് മറഞ്ഞുപോയിരുന്നു. ആ ഇരുളിലൂടെയാണ് അവരെന്നെ പുറത്തേക്ക് വലിച്ചിഴച്ചത്. പകുതിയെഴുതിത്തീർത്ത ഗാനത്തിന്റെ വരികളുമായി മേശപ്പുറത്തിരുന്ന കടലാസിനെ കാറ്റ് തള്ളിയിട്ടപ്പോൾ, പ്രിയമുള്ളവളെ ഞാൻ അപ്പോഴും നിന്നെയാണോർത്തത്. ആ കൊച്ചു വാടക വീടിന്റെ ഇടുങ്ങിയ അടുക്കളയിൽ നീ അപ്പോൾ രാത്രി ഭക്ഷണം പാകം ചെയ്യുകയായിരുന്നു, എനിക്കും നിനക്കും വേണ്ടി. നിന്റെ കണ്ണുകൾ അപ്പോൾ എത്രമാത്രം കത്തിജ്ജ്വലിച്ചെന്നും നീയൊരു തീപ്പന്തമായി തെരുവിലേക്ക് ചെന്നായ്ക്കളുടെ നേർക്ക് പാഞ്ഞടുത്തതെന്നും എനിക്കൂഹിക്കാവുന്നതേയുള്ളൂ. നീയും ഞാനും രണ്ടായിരുന്നില്ല. ഒന്നായിരുന്നു. അതുകൊണ്ടുതന്നെ നിന്റെ മനസ്സ് മുഴുവൻ എനിക്കറിയാമായിരുന്നു.

ഇരുളിന്റെ മഹാസമുദ്രത്തിലൂടെ, മുൾപടർപ്പുകൾക്കിടയിലൂടെ വലിച്ചിഴയ്ക്കപ്പെട്ടപ്പോൾ ഞാനെന്റെ ഹൃദയംകൊണ്ട് ഒരായിരം തവണ ഉറക്കെ ശബ്ദിച്ചു, മൂടിക്കെട്ടിയ വായുമായി. എത്രയെത്ര തീരങ്ങൾ,– ഒന്നുമറിയില്ല. അറിയാത്ത വഴികൾ, അറിയാത്ത മനുഷ്യർ, അവരാരുടെയും മുഖം മനുഷ്യരുടേതായിരുന്നില്ല, ചോര ഇറ്റിറ്റുവീഴുന്ന ചെന്നായ്ക്കളുടേതായിരുന്നു.

ഈ ഏകാന്തതയുടെ തീരത്ത്, ഈ തണുത്ത ചതുപ്പുനിലത്തിനിടയിലെ ഒറ്റപ്പെട്ട കൂടാരത്തിലേക്ക് തള്ളിയെറിയുമ്പോൾ ഉയർന്നുകേട്ട ആക്രോശങ്ങൾ ഇപ്പോഴുമെന്റെ കാതുകളിലുണ്ട്. “കൊത്തിയരിയും നിന്റെ നാവും വിരലുകളും.” പ്രിയമുള്ളവളെ ആ ആക്രോശത്തിന് എന്നെ ഒട്ടും ദുർബ്ബലനാക്കാൻ കഴിയില്ല. ഞാനെന്റെ ഹൃദയംകൊണ്ട് ആയിരം മടങ്ങ് ഉയർന്നുകഴിഞ്ഞു, എല്ലാ പേപിടിച്ച ചെന്നായ്ക്കൾക്കുമെതിരെ എഴുതി മുഴുപ്പിക്കാതെ പോയ ആ ഗാനത്തിന്റെ വരികൾ ഒരായിരം തവണ ഞാൻ ഹൃദയത്തിൽ കോറിയിട്ടു. ഒരു തുണ്ടു കടലാസിനും ഒരു പെൻസിൽ തുണ്ടിനുമായി ഞാൻ കേണിരുന്നു,

എനിക്കു ഭക്ഷണം നീട്ടിത്തന്നിരുന്ന കൈകളോട്, കാണാത്ത കൈകളോട്. പക്ഷേ, പകരം ഉയർന്ന പൊട്ടിച്ചിരിയിലെ ആക്രോശം ഞാൻ തിരിച്ചറിഞ്ഞു:

"നിന്റെ വിരലുകൾക്കിനി പാട്ടുകൾ എഴുതാൻ കഴിയില്ല, കവിതകൾ എഴുതാൻ കഴിയില്ല. നിന്റെ മസ്തിഷ്കത്തെ ഞങ്ങൾ ഇഞ്ചിഞ്ചായി നുറുക്കും; നീ അടിയറവു പറയുന്നതുവരെ. ഞങ്ങൾക്കെതിരെ ശബ്ദിക്കാൻ നിനക്കൊരു നാവും ഞങ്ങൾ തരില്ല."

പ്രിയമുള്ളവളെ അതിശയോക്തി കലർത്തി പറയുന്നതല്ല. സത്യമതാണ്. എങ്കിലും ഞാൻ എന്റെയീ ഡയറി എഴുതുകയാണ്, നിനക്കായി, ഈ ലോകത്തിനായി. എനിക്കൊരു ഡയറിയും പേനയും എവിടെ നിന്ന് എപ്പോൾ കിട്ടിയെന്ന് എനിക്കറിയില്ല. പക്ഷേ, എപ്പോഴോ ഒരു നിഴലനക്കം രാത്രിയിൽ ഞാൻ കണ്ടിരുന്നു. ആരാണെന്നറിഞ്ഞില്ല. പക്ഷേ, പതിഞ്ഞ സ്വരം ഇത്രമാത്രം മന്ത്രിച്ചു. "പ്രിയപ്പെട്ട കവി, അങ്ങയുടെ കവിതകളും പാട്ടുകളും ഈ കാലത്ത് ഉണർന്നിരിക്കേണ്ടതാണ്. തല പൊക്കിയുയരുന്ന എല്ലാ ചെകുത്താന്മാർക്കുമെതിരെ ആ കവിതകൾക്ക് ജ്വലിക്കുവാൻ കഴിയും. പിടഞ്ഞുവീണ്, നാവരിഞ്ഞുകൊല്ലപ്പെട്ട മനുഷ്യജന്മങ്ങൾക്കുവേണ്ടി ഇനിയും കവിതകൾ എഴുതു." പ്രിയമുള്ളവളെ ആ മുഖമെനിക്കറിയില്ല, ആ നിഴലനക്കം ആരുടേതെന്നും അറിയില്ല. എങ്കിലും സത്യമതാണ്. ആരെന്ന് ഒരിക്കലും തിരിച്ചറിയാൻ കഴിയാത്തൊരു രൂപമാണ് എനിക്കുവേണ്ടി ഈ ഡയറിയും പേനയും സമ്മാനിച്ചത്. നോക്കൂ, ഈ രാത്രി ഏറെ ഏകാന്തവും തണുത്തതുമാണ്. എന്റെ ഹൃദയത്തിലൂടെ ജ്വലിക്കുന്ന അഗ്നിക്ക് ഈ പ്രപഞ്ചത്തെ മുഴുവൻ പ്രകാശമാനമാക്കുവാൻ കഴിയുമെന്ന് ഞാനെപ്പഴോ ഡയറിയിൽ കുറിച്ചിട്ടു. തീർച്ചയായും ഒരു പ്രഭാതം ഉണരാതിരിക്കില്ല. ആ പ്രഭാതത്തിനുവേണ്ടിയാണ് അക്ഷരങ്ങൾ തീപ്പന്തങ്ങളായി ജ്വലിക്കുന്നത്.

ഈ തണുത്ത രാത്രിയിൽ ഈ ഏകാന്തതയുടെ കടലിലൂടെ നീന്തിതുടിക്കുമ്പോൾ എനിക്ക് ചതുപ്പുനിലങ്ങളിലൂടെ ഓരിയിട്ടുപോകുന്ന മൃഗങ്ങളുടെ കറുത്ത നിഴലുകളെ കാണുവാൻ കഴിയുന്നുണ്ട്. കൈകളിൽ വാളും ശൂലവുമായി അവരേതോ ഇരയെത്തേടി പോവുകയാണ്. എനിക്കതറിയാം. ഞാനെന്റെ തണുത്ത വിരലുകളിലൂടൊഴുകുന്ന ചുടുരക്തംകൊണ്ട് ഒരിക്കലൂടെ കടലാസിലേക്ക് പകർത്തുകയാണ്, പ്രിയമുള്ളവളെ, ഈ കറുത്തകാലം അവസാനിക്കാനുള്ളതാണ്. നാവരിയപ്പെട്ടു പിടഞ്ഞുവീണ് മരിച്ചവരൊക്കെ ഓരോ തീപ്പന്തമായി ജ്വലിച്ചുണരുമ്പോൾ, വീശുന്ന അഗ്നിയുടെ കാറ്റിന് എല്ലാ കറുത്ത ശക്തികളെയും ആഞ്ഞെറിയാൻ കഴിയും. ഒരിക്കൽക്കൂടി ഞാൻ പറഞ്ഞു നിർത്തട്ടെ, പ്രിയമുള്ളവളെ, ഈ ഇരുണ്ട രാത്രിയിൽ ഇപ്പോഴും നീയെന്നരികിലുണ്ട്. നിന്റെ കണ്ണുകളിലെ നീലിമയെ ഞാൻ കാണുന്നുണ്ട്. തേൻ തുടിക്കുന്ന ചുണ്ടുകളെ ഞാൻ കാണുന്നുണ്ട്. നിന്റെ കവിൾത്തടങ്ങളിൽ വിടർന്നുനില്ക്കുന്ന ചുവന്ന പൂക്കളെയും ഞാൻ കാണുന്നുണ്ട്. പ്രിയമുള്ളവളെ,

നിന്റെ കവിളുകളിൽ ചുവന്ന പൂക്കൾ മാത്രമേ വിരിയുകയുള്ളൂ. ആ പൂക്കൾക്കാണ് ഈ ലോകത്തിന് സമ്മാനിക്കാൻ ഒരു സ്നേഹ കടലുള്ളത്. ആ സ്നേഹക്കടലിലൂടെ ഒരായിരം പുതുപൂക്കൾ വിടർന്നു ണരുന്ന ഒരു പ്രഭാതത്തിനുവേണ്ടി ഞാനുറങ്ങട്ടെ, നേരം പാതിരാ കഴിഞ്ഞിരിക്കുന്നു. ചതുപ്പ് നിലങ്ങൾ ഇപ്പോൾ നിശ്ശബ്ദമാണ്. ആ ചതു പ്പുകളിൽ തഴച്ചു വളർന്നുനില്ക്കുന്ന പേരറിയാത്ത മരങ്ങൾ ഇരുളിലൂടെ തലയുയർത്തി ആകാശത്തിനു നേർക്ക് ഉയർന്നുനില്ക്കുന്നത് കാണു മ്പോൾ എനിക്കറിയാം ഒരാകാശവും അകലെയല്ല. എല്ലാം നമുക്ക് കൈ യെത്തിപ്പിടിക്കാവുന്നതേയുള്ളൂ. നോക്കു, ഇപ്പോൾ ഒരു കാറ്റ് എവിടെ നിന്നെന്നില്ലാതെ അലറി വീശിത്തുടങ്ങുന്നുണ്ട്. ഇവിടെ കത്തിനിന്നിരുന്ന മെഴുകുതിരി വെട്ടം കെട്ടടങ്ങുകയാണ്. നിർത്തട്ടെ നിവേദിതാ, നിർത്തട്ടെ. അകലങ്ങളിലെവിടെയോ ഉറക്കത്തിന്റെ അഗാധതയിൽ നിന്റെ ചുണ്ടു കളിപ്പോൾ മന്ത്രിക്കുന്നത് അവസാനിക്കാത്ത സ്നേഹത്തിന്റെ അലകളാ വുമെന്നെനിക്കറിയാം.

അവസാനമില്ലാത്ത വഴികൾ

ആ വഴി എങ്ങും ഒരിക്കലും അവസാനിക്കുന്നതായി തോന്നിയില്ല. ആളിപ്പടർന്നു വളർന്നുനില്ക്കുന്ന കാട്ടുച്ചെടികൾക്കിടയിലൂടെയുള്ള, വീതികുറഞ്ഞതെങ്കിലും ടാറിട്ട റോഡ് മറ്റേതോ ലോകത്തേക്ക് പോകാനുള്ളതുപോലെ അനന്തതയിലേക്കു നീണ്ടുകിടന്നു. ഇരുവശങ്ങളിലും തിങ്ങി നിറഞ്ഞുനിന്നിരുന്ന കാട്ടുമരങ്ങളിൽ ഒരിക്കലും അവസാനിക്കാത്തൊരു നിശ്ശബ്ദത നിറഞ്ഞുനില്ക്കുന്നതുപോലെ മനസ്വിനിക്കു തോന്നി. എല്ലാ മരങ്ങളും മൗനങ്ങളിലാണ്. ആകാശത്തിലേക്ക് തലയുയർത്തി നിന്നിരുന്ന നീളൻ മരങ്ങളുടെ ഏറ്റവും മുകളിലത്തെ ചില്ലകൾപോലും പൂവണിയാതെ നിതാന്ത ദുഃഖിതരെപോലെ നിശ്ശബ്ദമായി നിന്നു. ഒരുപക്ഷേ, ഒരു തളിരില വീണാൽ പോലും ഘോര ശബ്ദമായി മുഴങ്ങിയേക്കാവുന്ന നിശ്ശബ്ദതയുടെ ഒരു കടലിലൂടെ ചെറിയ ശബ്ദത്തിൽ വണ്ടി മുന്നോട്ടു പോവുകയായിരുന്നു. ഡേവിഡ് ഒന്നുമേ ശ്രദ്ധിക്കുന്നില്ലെന്ന് തോന്നി. ഈ വഴി ഒരിക്കലും അവസാനിക്കാത്തതാണെന്നും, ഈ വഴികളിലൂടെയെല്ലാം തങ്ങളിരുവരും ഇതുപോലെ അനന്തമായി യാത്ര ചെയ്തുകൊണ്ടിരിക്കുമെന്നും ഒരുപക്ഷേ, അയാൾ ചിന്തിക്കുന്നുണ്ടാവുമെന്ന് മനസ്വിനി ഓർത്തു. അപ്പോൾ അറിയാതൊരു ചിരി ചുണ്ടിലുണരുകയും ചെയ്തു. പക്ഷേ, അപ്പോഴും മൗനമായിതന്നെ മനസ്വിനി പുറത്തേക്കു നോക്കുകയായിരുന്നു. ശബ്ദം താഴ്ത്തി വച്ചിരുന്ന മെലഡിപ്പാട്ടുകളിലൂടെ മനസ്സ് വല്ലാതെ തരളിതമാവുകയോ അറിയാത്തൊരു ദുഃഖം എവിടെ നിന്നെന്നില്ലാതെ ഹൃദയത്തെ കാർന്നു തിന്നാൻ തുടങ്ങുകയോ ചെയ്തപ്പോൾ മനസ്വിനി ബാഗ് തുറന്ന്, രണ്ടുദിവസം മുൻപ് താൻ വരച്ചുതീർത്ത ആ ചിത്രം പുറത്തെടുക്കുകയായിരുന്നു. ഡേവിഡ്

ആ ചിത്രം കണ്ടതല്ല. കാണിക്കാൻ തോന്നിയിരുന്നുമില്ല. ഡേവിഡിന് അത്തരം ചിത്രങ്ങളോട് ഇഷ്ടമുണ്ടാകില്ലെന്ന് മുൻപ് തന്നെ അറിയാവുന്നതാണ്. പലപ്പോഴും അയാൾ പറഞ്ഞിട്ടുമുണ്ട്. ഏകാന്തതയുടെ അപാരമായ ഒരു തീരം, നിശ്ശബ്ദത തൊട്ടറിയാൻ കഴിയുന്ന കളർ ചേരുവകൾ, തികച്ചും ശൂന്യതയുടെ തീരങ്ങൾ. പക്ഷേ, ആ ശൂന്യതയിലൂടെ ഒരു കടൽ അലയടിക്കുന്നതും, ഒരു ആകാശം പുതിയതായി പിറന്നുണരുന്നതും മനസ്വിനി കാണുന്നുണ്ടായിരുന്നു. അത്തരമൊരു ഏകാന്തതയെയും, ശൂന്യതയെയും, ആ ശൂന്യതയിലൂടുണരുന്ന പുതിയലോകത്തെയും വർണ്ണിക്കുവാനുതകുന്ന കളറുകൾ തന്നെയായിരുന്നു അവയ്ക്ക് പകർന്നുനല്കിയിരുന്നത്. കളറുകൾ, കളറുകൾ, കളറുകൾ – എല്ലാ കളറുകളും ചേർന്ന് ഒരിക്കലും കാണാത്തൊരു ലോകം. ആ ലോകത്തിനു വേണ്ടി തന്നെയായിരുന്നു ചിത്രങ്ങൾ വരച്ചത്. ആകാശത്തിന്റെ അപാരതയിലൂടെ ലക്ഷ്യമില്ലാതെ പറന്നു പോകുന്നൊരു കുഞ്ഞുപക്ഷിയുടെ കുഞ്ഞുതൂവൽ എപ്പോഴോ അടർന്ന് താഴേക്ക് പതിക്കുന്നതും ഒടുവിലത് തടാകക്കരയിലെ പുൽച്ചെടിയിൽ വീണുകിടക്കുന്നതും കൃത്യതയോടെ തന്നെ വരച്ചുചേർത്തിട്ടുണ്ട്. പക്ഷേ, അപ്പോഴും കൊതിച്ചു, ആ പക്ഷിയുടെ ഹൃദയത്തെ വരയ്ക്കാൻ. ആ ഹൃദയത്തിലുണരുന്ന സ്നേഹത്തിന്റെ നീർത്തുള്ളിയെ ചിത്രത്തിലേക്കു പകർത്തുവാൻ. പലപ്പോഴും ഡേവിഡിനെ ആ ചിത്രം കാണിക്കണമെന്ന് തോന്നിയതാണ്. ആ കുഞ്ഞുപക്ഷിയുടെ ഹൃദയത്തുവലിനെക്കുറിച്ച് വാചാലമായി സംസാരിക്കണമെന്നും തോന്നിയതാണ്. പക്ഷേ, മനസ്സ് മടക്കുകയായിരുന്നു. എല്ലാ ചിന്തകളെയും എല്ലാ സ്വപ്നങ്ങളെയും ഹൃദയത്തിലിട്ട് പൂട്ടി താക്കോൽ അവിടെ തന്നെ നിക്ഷേപിച്ചു. അതുകൊണ്ട് തന്നെ മനസ്വിനി മൗനമായി ചിത്രത്തിലേക്ക് നോക്കുകമാത്രമേ ചെയ്തുള്ളു. ഡേവിഡിന്റെ ശ്രദ്ധ ഡ്രൈവിങ്ങിൽ തന്നെയായിരുന്നു. അയാളൊരിക്കൽപോലും ഇടയ്ക്ക് സംസാരിച്ചില്ല. ഒരു പ്രതിമ കണക്കെ ഡ്രൈവിങ് സീറ്റിലിരിക്കുന്ന അയാളോടു മനസ്വിനിക്ക് അറിയാതെയെങ്കിലും മനസ്സിലൊരു അമർഷമുണ്ടായിരുന്നു. മൗനത്തിന്റെ പുറന്തോടിനുള്ളിൽ നുരഞ്ഞുപൊന്തുന്ന, അലയടിക്കുന്ന ഒരു മഹാസമുദ്രം എപ്പോഴും മനസ്വിനിക്കുണ്ടായിരുന്നു. ആ മൗനത്തിന്റെ മഹാവാതിലുകൾക്കിടയിലൂടെ ആഞ്ഞുവീശുന്ന അമർഷകൊടുങ്കാറ്റുകൾക്കിടയിൽ ഒരനാഥയെപ്പോലെ, ഒരു നിസ്സഹായയെപോലെ ശബ്ദമില്ലാതെ തേങ്ങുമ്പോൾ ഡേവിഡ് എന്ന മനുഷ്യൻ മനസ്വിനിയിൽനിന്ന് എത്രയോ അകലെയായിരുന്നു; യുഗങ്ങൾക്ക് അകലെ, ഒരിക്കലും കാണാനാവാത്ത മനസ്സുമായി.

വഴി അപ്പോഴും അവസാനിക്കുന്നില്ലായിരുന്നു. ഇരുവശത്തും തലയുയർത്തിനിന്നിരുന്ന കാട്ടുമരങ്ങളുടെ നിരയും അവസാനിക്കുന്നില്ലായിരുന്നു. പക്ഷേ, എപ്പോഴൊക്കെയോ, കാട്ടുപക്ഷികൾ ചിറകടിച്ച്, ചിറകടിച്ച് പറന്നകലുന്നതിന്റെ ശബ്ദങ്ങൾ കേൾക്കാമായിരുന്നു. മനസ്വിനി കാറിന്റെ സൈഡ് ഗ്ലാസ് താഴ്ത്തി വച്ചിരിക്കുകയായിരുന്നു. കാട്ടുച്ചെടി

കൾക്കിടയിലൂടെ വീശി വന്ന തണുത്ത കാറ്റ് കാറിനുള്ളിലേക്ക് വീശിയണഞ്ഞപ്പോൾ, ഹൃദയവും ശരീരവും ഒരുപോലെ തരളിതമാവുകയായിരുന്നു. കൈയെത്തിപ്പിടിക്കാൻ ഒരാകാശത്തെ അപ്പോഴും മനസ്സുകൊതിച്ചു. ഒരിക്കലും വരച്ചുതീർക്കാത്ത ചിത്രങ്ങളുടെ ഒരുപാട് നിര അപ്പോഴുമെപ്പോഴും മനസ്സിലുണ്ട്. അവ ക്യാൻവാസിലേക്ക് പകർത്തുവാനുള്ള വർണ്ണങ്ങളോ ബ്രഷുകളോ ഒരിക്കലും കൈയെത്താത്ത ദൂരത്തിലാകുമ്പോൾ, വെറുതെ മനസ്സു മടുക്കുകയേയുള്ളു. വരച്ച ചിത്രങ്ങളെക്കാൾ വരയ്ക്കാതെപോയ ചിത്രങ്ങളുടെ ആത്മാവിനെ തേടുമ്പോൾ, ആ ആത്മാക്കളിലൂടെ അലയുമ്പോൾ എപ്പോഴും കൊതിച്ചു, അവസാനിക്കാത്തൊരു കടൽ സ്വന്തമാക്കണമെന്ന്. ആ കടലിലൂടെ, ആ ആകാശത്തിലൂടെ, വരച്ചതും വരയ്ക്കാത്തതുമായ ചിത്രങ്ങളുടെ നിരകളിലൂടെ ഒരിക്കലും അവസാനിക്കാത്തതായ ഒരു യാത്രയെ മാത്രം മനസ്സിൽ കൊതിക്കുമ്പോഴെല്ലാം അറിയാതെയുണരുന്ന നെടുവീർപ്പുകളുടെ അഗ്നിച്ചൂടിൽ മനസ്വിനിയുടെ കരളും ഹൃദയവും ഒരുപോലെ നൊന്തുപിടഞ്ഞു.

"ഈ വഴി എവിടെവരെയാണ്? എങ്ങോട്ടാണ് നമ്മൾ പോകുന്നത്. വല്ലധാരണയുമുണ്ടോ?" മൗനത്തിന്റെ വാതിലുകൾ ആദ്യം വലിച്ചുതുറന്നത് മനസ്വിനി തന്നെയായിരുന്നു. ഡേവിഡ് തികച്ചും നിർവ്വികാരനായി, മറ്റേതോ ലോകത്തുനിന്ന് മടങ്ങി വന്നതുപോലെ, മനസ്വിനിയെ ആദ്യം കാണുന്നതുപോലെ, അവളുടെ മുഖത്തേക്കു നോക്കുകയും പതിയെ ചുണ്ടുകൾ അതിനുള്ള ഉത്തരമായി മന്ത്രിക്കുകയും ചെയ്തു. "ഈ വഴിയുടെ അവസാനമെനിക്കറിയില്ല. പക്ഷേ, അധികം വൈകാതെ നമ്മൾ എത്തേണ്ടിടത്ത് എത്താതിരിക്കില്ല." ഇരുവശവുമുള്ള കാട്ടുചെടികളും, മരങ്ങളും, മുൾപ്പടർപ്പുകളും അവയുണർത്തിയ നിശ്ശബ്ദതയുടെ ഒരു ഭയാനകതയും എപ്പോഴോ ഇരുളിലേക്ക് മാഞ്ഞുമറയുന്നുണ്ടായിരുന്നു. രാത്രി നക്ഷത്രങ്ങൾ ആകാശചരുവുകളിലെവിടെയോ കണ്ണുചിമ്മി, കണ്ണുചിമ്മി ഭൂമിയിലേക്കു ഉറ്റുനോക്കുന്നത് കണ്ടപ്പോൾ മനസ്വിനി ഒരിക്കലൂടെ ഹൃദയത്തിൽ മറ്റേതോ ചിത്രം വരയ്ക്കുകയായിരുന്നു. ഇരുണ്ട രാത്രിയും ആ രാത്രിയുടെ ഭയാനകതയും, നിശ്ശബ്ദമായ കാടും, കാടിന്റെ നേരിയ തേങ്ങലുമെല്ലാം ഏതോ ക്യാൻവാസിലൂടെ ഒഴുകിപരക്കുകയായിരുന്നു മനസ്വിനിയുടെ ഹൃദയത്തിൽ.

അറിയാതെയെങ്കിലും ഒരു ഭയത്തിന്റെ മുൾച്ചെടിയും ഹൃദയത്തിൽ മുളപൊട്ടി ഉണരുന്നത് മനസ്വിനി അറിഞ്ഞു. അപ്പോഴും ഡേവിഡ് തികച്ചും നിശ്ശബ്ദൻ തന്നെയായിരുന്നു. മനസ്വിനി ഒരിക്കലൂടെ തന്റെ ഹൃദയത്തിലെ ചിത്രത്തിലേക്ക് ഉറ്റുനോക്കി. അവിടെയൊക്കെ ചായങ്ങൾ വാരിവലിച്ചുകിടക്കുന്നു. പലപല വർണ്ണങ്ങൾ. എല്ലാ വർണ്ണങ്ങളും ചേർന്ന് മറ്റേതോ വർണ്ണം. ഒന്നും വ്യക്തമല്ല. കാട്ടുപടർപ്പുകൾ, ഏകാന്തതകൾ, നിശ്ശബ്ദ ജീവികൾ, വായ്മൂടിക്കെട്ടിയ മനുഷ്യർ. എല്ലാം നിര നിരയായി, ഹൃദയത്തിന്റെ ക്യാൻവാസിലൂടെ നിറഞ്ഞുനിന്നപ്പോൾ മനസ്വിനി സ്വയം മന്ത്രിക്കുകയായിരുന്നു. താനിത് എങ്ങോട്ടാണ് യാത്ര

ചെയ്യുന്നത്? ഈ ലോകത്തിന്റെ അതിർവരമ്പ് തേടിയാണോ ഡേവിഡിനോടൊന്നിച്ച് ഈ യാത്ര പുറപ്പെട്ടത്? പുറപ്പെടാൻ നേരവും അധികമൊന്നും യാത്രയെപ്പറ്റി ഡേവിഡ് പറഞ്ഞിരുന്നില്ല. ഇത്രമാത്രം പറഞ്ഞു.

"ഞാനൊരു സ്ഥലം വരെ പോകുന്നുണ്ട്. ഒരു സുഹൃത്തിനെ കാണുവാൻ. നീ ഒപ്പം കൂടുന്നുവെങ്കിൽ പോരു. ധാരാളം കാട്ടുവഴികളുണ്ട്, നിനക്കിഷ്ടമാകും. ചിത്രങ്ങൾക്ക് കുറെക്കൂടി വിഷയങ്ങൾ കിട്ടും." ഏറെ സന്തോഷമാണ് തോന്നിയത്. കാട്ടുവഴികൾ–. അതെപ്പോഴും ഭ്രമിപ്പിച്ചിട്ടേയുള്ളു. ആകാശ നീലിമയിലേക്ക് തലയുയർത്തി നില്ക്കുന്ന മരങ്ങളും, അവയ്ക്കിടയിലൂടെ ഊളിയിടുന്ന കാറ്റിന്റെ ശബ്ദവും, വെള്ളി ചിലങ്ക കിലുക്കിയൊഴുകുന്ന കാട്ടരുവികളും. ഹൃദയംകൊണ്ട് ആനന്ദിക്കുന്ന യാത്ര. പക്ഷേ, യാത്ര ഇത് എവിടെയും അവസാനിക്കുന്നില്ലേ?. ഡേവിഡ് കാണാൻ പോകുന്നത് ആരെയാണ്?

വണ്ടി ഏതോ ഒരു വളവിലൂടെ തിരിഞ്ഞപ്പോൾ മനസ്വിനി പുറത്തെ ഇരുളിനെ നോക്കി. ആ ഇരുളിൽ എവിടെയോ തലയുയർത്തി നില്ക്കുന്ന ഏതോ ആരാധനാലയത്തിന്റെ നീണ്ട ഗോപുരത്തിന്റെ ഇരുണ്ട നിഴലിനെ നോക്കി മനസ്വിനി ശബ്ദം താഴ്ത്തി ചോദിച്ചു.

"ഡേവിഡ് നമ്മളിത് എങ്ങോട്ടാണ്? എവിടേക്കാണീയാത്ര? ആരെ കാണാനാണ്?" അപ്പോഴും ഡേവിഡ് മൗനമായിരുന്നതേയുള്ളു. ഒരിട വേളയ്ക്കുശേഷം അയാൾ പതിയെ പറഞ്ഞു.

"ഞാൻ കാണാൻപോകുന്ന ആളെ നേരിൽ എനിക്കറിയില്ല. ഫോണിൽ മാത്രം സംസാരിച്ചിട്ടുള്ളതേയുള്ളു. ഈ വഴികൾ, ഈ വഴികൾ, ഈ വഴികളെല്ലാം അവസാനിക്കുന്നിടത്ത് എവിടെയോയാണ് അയാൾ നമ്മളെ കാത്തുനില്ക്കുന്നത്. പക്ഷേ, ഇത്രമാത്രം ദൂരം ഞാനും പ്രതീക്ഷിച്ചില്ല." മനസ്വിനി വീണ്ടും മൗനത്തിലേക്ക് തന്നെ ഊർന്നു വീണു. ഹൃദയത്തിന്റെ ഏതു കോണിലോ ഭയത്തിന്റെയൊരു വിഷവിത്താണ് അറിയാതെ പൊട്ടിവീണ് മുളയ്ക്കുന്നതെന്ന് അറിഞ്ഞപ്പോൾ, മനസ്സിനെ ശകാരിക്കുകയായിരുന്നു. വേണ്ടിയിരുന്നോ ഈ യാത്ര? ഒരിക്കലും കാണാത്ത ആരോ എവിടെയോ കാത്തുനില്ക്കുന്നു. എന്തിന്? ഡേവിഡിന് അയാൾ അത്ര പ്രിയങ്കരനാകുന്നതെങ്ങനെ? അറിയാതെ ഹൃദയത്തിലുയർന്ന ചോദ്യങ്ങൾക്ക് ഒരുത്തരവും കണ്ടെത്താതെ മനസ്വിനി വീണ്ടും ചിത്രങ്ങളുടെ ലോകത്തേക്കുതന്നെ മടങ്ങുകയായിരുന്നു. മനസ്സപ്പോൾ ഒരു വലിയ ക്യാൻവാസായിരുന്നു. ഒരായിരം ചിത്രങ്ങൾ നിറയുന്ന ഒരു വലിയ ക്യാൻവാസ്. എത്രയെത്ര ചായക്കൂട്ടുകൾ, എത്രയെത്ര ബ്രഷുകൾ, എല്ലാം ഹൃദയത്തിന്റെ ഓരത്ത് വർണ്ണങ്ങളുടെ ലോകം സൃഷ്ടിക്കുകയാണ്. അപ്പോഴും വഴികൾ അവസാനിക്കുന്നതേയില്ലായിരുന്നു. ഒരിക്കലും അവസാനിക്കാത്ത വഴികളുടെ അങ്ങേ തലയ്ക്കൽ ഒരിക്കൽപോലും കാണാത്ത ആരോ ഒരാൾ കാത്തുനില്ക്കുന്നു. ആരോ ഒരാൾ.

മനസ്വിനിയുടെ ഹൃദയത്തിൽ അപ്പോൾ മറ്റൊരു ചിത്രം നിറയുക

യായിരുന്നു. അലയടിച്ചുയരുന്ന ആയിരം കടലുകളും ആ കടലുകളുടെ ആഴങ്ങളിലൂടെ ഉണർന്നുയർന്നുകൊണ്ടിരിക്കുന്ന കൊടുങ്കാറ്റുകളും നിറഞ്ഞൊരു ചിത്രം. ആ ചിത്രത്തിന്റെ ആത്മാവിലൂടെ സഞ്ചരിക്കുമ്പോൾ മനസ്വിനി മറ്റൊരു ലോകത്തുനിന്നെന്നപോലെ ഡേവിഡിന്റെ ശബ്ദം കേട്ടു. അയാൾ അപ്പോൾ ഫോണെടുത്ത് ആരെയോ വിളിക്കുകയും, തുടർന്ന് ഡ്രൈവിങ് നിർത്തി, തലയ്ക്കു കൈകൊടുത്തിരിക്കുകയും ചെയ്തു.

മനസ്വിനിയുടെ ചിത്രത്തിലേക്ക് അപ്പോൾ കൂർത്ത ചുണ്ടുകളും തീജ്ജ്വാലയുടെ നിറമുള്ള കണ്ണുകളുമുള്ള ഒരു കൂറ്റൻ കഴുകൻ പറന്നടുക്കുന്നുണ്ടായിരുന്നു.

വീണ്ടും

അവൾ ബന്ധനസ്ഥയായിരുന്നു. അവളുടെ മേൽവസ്ത്രങ്ങൾ എപ്പോഴോ അവളിൽനിന്ന് ഊർന്നുപോവുകയും അവളുടെ കൈകളും കാലുകളും ഭിത്തിയോടുചേർന്ന് ബന്ധിക്കപ്പെടുകയും ചെയ്തു. അവളുടെ നീണ്ടുവിടർന്ന തലമുടി എപ്പോഴോ ഛേദിക്കപ്പെട്ട് നിലത്തുവീണു കിടക്കുന്നു.

ക്രൂശിലേറ്റപ്പെട്ടു കിടന്ന്, തലയിൽ മുൾക്കിരീടം ധരിച്ച കർത്താവിന്റെ തിരുരൂപം അവൾക്കുമുന്നിൽ പലപ്പോഴൊക്കെയോ കണ്ടു. അവളുടെ കണ്ണുകളിലെ ദൈന്യഭാവത്തിലേക്ക് ഉറ്റുനോക്കി ആ തിരുരൂപം അവളോടെന്തൊക്കെയോ മന്ത്രിച്ചു, സാന്ത്വനത്തിന്റെ ഭാഷയിൽ. ആണിയടിച്ചുകിടന്ന കർത്താവിന്റെ രൂപത്തിൽനിന്ന് രക്തം ഒലിക്കുന്നതുപോലെ അവളുടെ നെറ്റിയിൽനിന്നും, മിഴികളിൽനിന്നും, മാറിടത്തിൽനിന്നും രക്തം താഴോട്ട് വമിക്കുന്നുണ്ടായിരുന്നു. ചാലുവച്ചൊഴുകുന്ന രക്തത്തുള്ളികൾ കാലാകാലങ്ങളുടെ ചരിത്രംപോലെ ഭൂമിയുടെ മാറിൽ എന്തൊക്കയോ വരച്ചുചേർത്തു. അവളുടെ നയനങ്ങൾ എന്തിനെയോ തേടി ചുറ്റും പലവട്ടം പരതി. ഒന്നും ദൃശ്യമല്ല. യേശുവിന്റെ ക്രൂശിതരൂപം പലപ്പോഴും മുന്നിൽ തെളിയുകയും അതുപോലെ തന്നെ മറയുകയും ചെയ്തു.

"ഈശ്വരാ-കർത്താവേ-ഇതെന്തു വിധി?"! അവളുടെ അർദ്ധനഗ്നശരീരത്തിൽ തുടിച്ചുകൊണ്ടിരുന്ന ജീവൻ അറിയാതെ തേങ്ങി. അവളുടെ നെറ്റിയിലും ആണി തറയ്ക്കപ്പെടുന്നുണ്ടായിരുന്നു. യേശുവിന്റെ ക്രൂശിതരൂപം അവളുടെ മിഴികൾ ഒപ്പുന്നതായി എപ്പോഴൊക്കെയോ അവ

ളറിയുകയും അപ്പോഴെല്ലാം അവൾ തുറന്ന ആകാശത്തേക്ക് നോക്കി, നിഷ്കളങ്കയായ ഒരു കുഞ്ഞിനെപ്പോലെ തേങ്ങുകയും ചെയ്തു.

ഗ്രാമത്തിലെ മലമുകളിൽനിന്ന് ജനം താഴേക്ക് ഒഴുകുകയായിരുന്നു, ഒറ്റയ്ക്കും കൂട്ടായും. പൊടിപിടിച്ചു വീതികുറഞ്ഞ പാത താഴേക്ക് വളഞ്ഞുപുളഞ്ഞ് കിടക്കുന്നു. ഇരുവശവും പടർന്നുകിടന്ന പുൽത്തുമ്പുകളിൽ പല വർണ്ണങ്ങളിലുള്ള കൊച്ചു കൊച്ചു പൂക്കൾ വിടർന്നു തലയാട്ടുന്നുണ്ടായിരുന്നു. അവയിലെ മഞ്ഞുതുള്ളികൾ ആകാശമൗനത്തോളം നിദ്രയിലായിരുന്നു. പ്രഭാതത്തിനു എത്രയോ മുൻപുമുതൽ തന്നെ ജനം താഴേക്ക് ഒഴുകിത്തുടങ്ങിയിരുന്നു. അകലെ–അകലെ മുൾപ്പടർപ്പുകളുടെ താഴ്‌വാരത്തിലേക്ക് അവർ അന്തമില്ലാതെ ഒഴുകുകയായിരുന്നു.

തീർച്ചയായും ഇതൊരു നല്ല കാഴ്ച തന്നെയാണ്. ഇങ്ങനെയൊന്ന് ഒത്തുകിട്ടുന്നത് അപൂർവ്വം. അവരുടെയെല്ലാം ചുണ്ടുകളിൽ പ്രാർത്ഥനാഗീതങ്ങളും കൈകളിൽ *ബൈബിളു*മുണ്ടായിരുന്നു. പലരും *ബൈബിൾ* കൈകളിൽ മുറുകെപ്പിടിച്ച് ഉറക്കെ ശബ്ദിച്ചു. തീർച്ചയായും അവൾ ഇങ്ങനെയൊരു ശിക്ഷ അർഹിക്കുന്നുണ്ട്. എന്തു പാതകിയാണ് അവൾ. അവൾ ഒരു വിശ്വാസിയാണോ? ജനത്തിന്റെ മുരളൽ ഉറക്കെ തന്നെയായിരുന്നു.

ആകാശത്തിലേക്ക് തലയുയർത്തിനിന്ന കാട്ടുമരങ്ങൾ നിതാന്തദുഃഖിതരെപ്പോലെ മഞ്ഞുപൊഴിച്ചുകൊണ്ടേയിരുന്നു. അവയിലെ മൗനങ്ങളും താഴ്‌വാരത്തിലേക്ക് ഒഴുകുകയായിരുന്നു. ഒരു ഹിംസ നടക്കാൻ പോകുന്നു. ലോകത്തിൽ അനുനിമിഷം നടന്നുകൊണ്ടിരിക്കുന്ന അനീതികളിൽ ഒന്നു മാത്രമാവാമത്. എങ്കിലും—.

"ഈ ഹിംസ നടക്കേണ്ടതുണ്ടോ? അവളുടെ തെറ്റ് അത്ര വലുതാണോ? അവളൊരു പാവം വിധവയല്ലേ?" ഈ ചോദ്യങ്ങൾ ആരുടെ ചുണ്ടിൽനിന്നും ഒരിക്കൽപോലും ഉയർന്നുകേട്ടില്ല. അവർ ആഹ്ലാദതിമിർപ്പിലായിരുന്നു. മൺത്തരികൾ അവരുടെ കാൽച്ചുവട്ടിൽ കിടന്ന് ഞെരുങ്ങി നിലവിളിച്ചു. അവർ എപ്പോഴൊക്കെയോ ശിക്ഷ വിധിച്ച സഭാഅദ്ധ്യക്ഷനെ, അത് കൈയടിയോടെ പാസാക്കിയ സഭയെ വാനോളം പുകഴ്ത്തുന്നുണ്ടായിരുന്നു. "ഇങ്ങനെവേണം ഒരു ഭരണം ആയാൽ. പിന്നെന്തു സദാചാരം. ആർക്കും എന്തും ആവാമല്ലോ?."

വാചകങ്ങൾ ആരുടേതെന്ന് വ്യക്തമല്ലായിരുന്നു. ചിലമ്പിച്ച സ്വരങ്ങൾക്ക് ആൾക്കൂട്ടത്തിന്റെ രൂപമേയുണ്ടായിരുന്നുള്ളൂ. ആരൊക്കെയോ ശിക്ഷ നടത്തിപ്പിനുശേഷമുള്ള വമ്പിച്ച വിരുന്നിനെക്കുറിച്ചും വാതോരാതെ സംസാരിച്ചു. അദ്ദേഹം ഭരണമേറ്റശേഷമുള്ള ആദ്യത്തെ ശിക്ഷാവിധിയാണ്. അതുകൊണ്ട് തന്നെ നാട്ടുകാർക്കുവേണ്ടി അദ്ദേഹം തരപ്പെടുത്തുന്ന സദ്യയും ഗംഭീരമായിരിക്കും. മറ്റു ചിലർ സംസാരിച്ചത് ആ സദ്യയിൽ വിളമ്പിയേക്കാവുന്ന ഏറ്റവും മുന്തിയ മാംസത്തെക്കുറി

ച്ചാണ്. കന്നുകാലികളെ കൂട്ടത്തോടെ ഇന്നത്തെ സദ്യക്കുവേണ്ടി കിങ്കരന്മാർ കൊണ്ടുപോയി കഴിഞ്ഞിരുന്നു. ആകാശത്തുനിന്ന് അപ്പോൾ കണ്ണുനീർതുള്ളികൾ പോലെ മഴ ചാറാൻ തുടങ്ങുകയായിരുന്നു.

പ്രഭാതം മാറുകയും, പകൽ വെട്ടിതിളയ്ക്കുകയും ചെയ്തപ്പോൾപോലും വെള്ളിവെളിച്ചത്തിലൂടെ മഴത്തുള്ളികൾ താഴേക്ക് പതിക്കുന്നുണ്ടായിരുന്നു.

"തീർച്ചയായും ഇതൊരനീതി തന്നെയാണ്. ഇത്രയും ക്രൂരത ഒരു സ്ത്രീയോടു പാടുണ്ടോ? ഒന്നു ചിന്തിച്ചുകൂടെ." ആൾക്കൂട്ടത്തിലെ ആ സ്വരം ആരും തിരിച്ചറിഞ്ഞില്ല.

ആരാണത്?

ആരാണത്?... ആൾക്കൂട്ടത്തിലൂടെ ആ അന്വേഷണം ത്വരിതപ്പെട്ടുകൊണ്ടിരുന്നു. എവിടെയാണവൻ? അവളെ അനുകൂലിക്കുന്നവൻ. അങ്ങനെയൊരുവൻ തങ്ങൾക്കിടയിൽ എങ്ങനെ വന്നുപെട്ടു.?! ഓരോരുത്തരും മറ്റുള്ളവരുടെ മുഖത്തേക്ക് നോക്കി. എല്ലാവരും അത് തന്നെ ചെയ്യുകയായിരുന്നു. ആർക്കും ആരെയും കണ്ടെത്താനായില്ല. തോന്നലാവാം. അതൊരു തോന്നൽ മാത്രമാവാം. അങ്ങനെയാണ് പലരും പ്രതികരിച്ചത്. അവളെ പിന്തുണയ്ക്കാൻ ആർക്കു ധൈര്യം?!. തീർച്ചയായും അങ്ങനെയൊന്ന് സംഭവിക്കില്ല. അങ്ങനെയൊരാൾ ഉണ്ടായാൽ അയാളുടെ ശിക്ഷയും മറ്റൊന്നായിരിക്കില്ല. ആൾക്കൂട്ടം ലക്ഷ്യത്തിലേക്ക് നീങ്ങിക്കൊണ്ടിരുന്നു.

അപ്രതീക്ഷിതമായി മഴ ശക്തമായി പെയ്യാൻ തുടങ്ങുകയായിരുന്നു. മഴവെള്ളം ഒലിച്ചിറങ്ങി ചെമ്മൺപാത കുഴഞ്ഞുമറിഞ്ഞു കിടന്നു. ആൾക്കൂട്ടം താഴ്വാരത്തിൽ എപ്പോഴോ എത്തപ്പെട്ടുകഴിഞ്ഞിരുന്നു. ആർത്തലച്ച മഴ ആകാശത്തിന്റെ നിലവിളിയായി.

അവളുടെ വിവസ്ത്രമായ ശരീരത്തിലൂടെ രക്തത്തുള്ളികളോടൊപ്പം മഴയും ഒലിച്ചിറങ്ങി. അവളുടെ കൈത്തണ്ടയിലെ ബന്ധനങ്ങൾ കൂടുതൽ കൂടുതൽ മുറുകുകയും അവയിലൂടൊരു ആർത്തനാദം അറിയാതെ പടർന്നൊഴുകുകയും ചെയ്തു. അവളുടെ കണ്ണുകളിലെ രക്തത്തുള്ളികളിലപ്പോൾ മഴയുടെ മണം നിറഞ്ഞൊഴുകി. എപ്പോഴോ മഴ അവസാനിച്ചപ്പോൾ ആകാശം മൗനമാവുകയായിരുന്നു.

അവളുടെ ശിക്ഷാവിധി നടപ്പാക്കപ്പെടാൻ തുടങ്ങുന്നു. നനഞ്ഞൊലിച്ച ജനം കാതുകൂർപ്പിച്ച് കണ്ണുകൾ തുറന്ന് നീതിപാലകനേയും നോക്കി എന്തൊക്കെയോ പിറുപിറുത്തു. നീതിപാലകൻ പുച്ഛത്തിന്റെ കണ്ണുകളോടെ അവളെ നോക്കി. അവളുടെ ലജ്ജിപ്പിക്കുന്ന നഗ്നത കണ്ടയാൾ മുഖം വക്രിപ്പിച്ചു.

നിശ്ശബ്ദം, നിശ്ചലം. മൺത്തരികൾ വീണാൽ അതുപോലും ഘോരശബ്ദമായേക്കാവുന്ന നിശ്ശബ്ദത. എല്ലാവരും പരസ്പരം നോക്കി, വിധിക്കുവേണ്ടി കാതുകൂർപ്പിച്ചു, സഭാദ്ധ്യക്ഷന്റെ കണ്ണുകൾ യേശുവിന്റെ

ക്രൂശിതരൂപത്തിലേക്കായിരുന്നു. അയാൾ ആ രൂപത്തിന്റെ മുന്നിൽ മുട്ടുകുത്തി പ്രാർത്ഥിച്ചു. ജനവും ഒപ്പം പ്രാർത്ഥിക്കുന്നുണ്ടായിരുന്നു. ന്യായാധിപൻ ആമേൻ പറഞ്ഞ് പ്രാർത്ഥന അവസാനിപ്പിക്കുമ്പോൾ ജനവും അങ്ങനെ തന്നെ ചെയ്തു. അവർ ആ സഭാദ്ധ്യക്ഷന്റെ മുഖത്തേക്ക് ഉറ്റുനോക്കി. നീണ്ടുവളർത്തിയ താടിയിലേക്ക് വിരലുകളോടിച്ച്, വളരെ ക്രുദ്ധനായി സഭാദ്ധ്യക്ഷൻ അവളുടെ മുഖത്തേക്ക് നോക്കി. അവൾ അവിടെ ആരെയും കാണുന്നുണ്ടായിരുന്നില്ല. അവളുടെ തുറന്ന കണ്ണുകൾക്കു മുൻപിൽ ഒരു രൂപം മാത്രമേ ഉണ്ടായിരുന്നുള്ളൂ. യേശുവിന്റെ ക്രൂശിത രൂപം. അവളുടെ ചുണ്ടുകൾ ചലിച്ചു.

"എന്റെ ഈശോ മിശിഹായേ ഞാനെന്തു തെറ്റുചെയ്തു?" ഹൃദയത്തിന്റെ ഉള്ളറകളിൽനിന്ന്, ഒരു നീരുറവ പോലെ സ്നേഹത്തിന്റെ പനിനീർജലം പ്രവഹിക്കുകയായിരുന്നല്ലോ. ആ പുരുഷ രൂപത്തെ ഞാൻ സ്നേഹിച്ചതിൽ എന്താണ് തെറ്റ്? അയാൾ വിശ്വാസിയാണോ അല്ലയോയെന്ന് എനിക്കറിയില്ലായിരുന്നല്ലോ. അയാളൊരു നിരീശ്വരവാദിയാണെന്നോ, ദൈവത്തിന്റെ അസ്തിത്വത്തെ തന്നെ ചോദ്യം ചെയ്യുന്നവനാണെന്നോ എനിക്കറിയില്ലായിരുന്നുവല്ലോ. ഒരുപക്ഷേ, അറിയാമെങ്കിൽത്തന്നെ ഞാനവനെ പ്രണയിച്ചുപോയേനെ. കാര്യം അത്രമേൽ തടയാനാകാത്ത ഒന്നായിരുന്നു എനിക്കവനോടുള്ള പ്രണയം. മലനിരകൾക്ക് കാറ്റെന്നപോലെ, സമുദ്രത്തിന് തിരമാലകളെന്നപോലെ ആ പ്രണയം അനിവാര്യമായിരുന്നു. അയാൾ ഭരണവർഗ്ഗത്തിന്റെ കണ്ണിലെ കരടും മലനിരകളിൽ ഒളിച്ചു പാർക്കുന്നവനുമാണെന്ന് മനസ്സിലായപ്പോൾപോലും എനിക്കവനെ മറക്കുവാൻ കഴിയുമായിരുന്നില്ല. ഗ്രാമത്തിലെ മലനിരകളുടെ അടിവാരത്തിൽവച്ച് ഞാനവനെ കാണുമ്പോൾ അവൻ തികച്ചും ദുഃഖിതനും നിരാശനുമായിരുന്നു. എവിടെയോ കൈവിട്ടുപോയ ഒരു ജീവിതത്തിന്റെ തൂവലുംപേറി അയാൾ അകലങ്ങളിലേക്ക് നോക്കുകയായിരുന്നു, ജ്വലിക്കുന്ന കണ്ണുകളോടെ. ഞങ്ങളുടെ നാലു കണ്ണുകൾ കൂട്ടിമുട്ടിയതിന് ഈ ലോകമല്ലാതെ മറ്റെന്ത് സാക്ഷി?! മലകളുടെ അടിവാരത്തിലെ കൊച്ചു കൊച്ചു പൂക്കൾ, പൂത്തുമ്പികൾ, പർവ്വതത്തിലെ കാറ്റ്, ആകാശത്തിന്റെ മൗനം എല്ലാം ഞങ്ങൾക്ക് അനുകൂലമായിരുന്നു. വൈധവ്യം പേറിയ ഞാൻ, ഒരു കുഞ്ഞിനെ താലോലിക്കാൻ ഭാഗ്യം കിട്ടാത്ത ഞാൻ—. എനിക്കയാൾ ആകാശത്തിൽ നിന്നിറങ്ങിവന്ന രാജകുമാരനായിരുന്നു. ഞങ്ങൾ ഒരുപാട് വീഞ്ഞ് ഒരുമിച്ചു കുടിച്ചു. മലനിരകളിലെ കാറ്റിന്റെ ആലിംഗനത്തിൽ ഞങ്ങൾ സ്വയം മറന്നൊഴുകി. സ്വർഗ്ഗരാജ്യം എനിക്ക് മുന്നിൽ തുറന്നുതന്നത് ആ മനുഷ്യൻ മാത്രമായിരുന്നു. ആ മനുഷ്യൻ മാത്രം.

അവളുടെ ചുണ്ടുകളുടെ ചലനം എപ്പോഴോ നിലച്ചു. അവൾ നിശ്ശബ്ദയായി. മുന്നിലെ യേശുവിന്റെ ക്രൂശിതരൂപം കാറ്റിലൊന്ന് ആടിയതുപോലെ അവൾക്കു മുന്നിൽ നിറഞ്ഞുനിന്നു. മലമുകളിൽനിന്ന് അകാ

രണമായി അപ്പോൾ ഇലകൾ കൊഴിഞ്ഞുതുടങ്ങുകയായിരുന്നു. ആകാശത്തുനിന്ന് മഴത്തുള്ളികളും. അവ അന്തരീക്ഷത്തിലൂടെ ഗതിയില്ലാത്ത ആത്മാക്കളെപ്പോലെ അലഞ്ഞുതുടങ്ങുന്നുണ്ടായിരുന്നു.

അവനും വിവസ്ത്രനായിരുന്നു. അവനെ ഒരു തിരശ്ശീലയ്ക്കു പിന്നിലായിരുന്നു ബന്ധിച്ചിരുന്നത്, അവൾക്ക് ദൃശ്യമാകാത്ത വിധം. അവന്റെ കണ്ണുകളിലൂടെയും കവിളുകളിലൂടെയും ചോര വാർന്നുവാർന്നൊഴുകിയപ്പോൾ ആകാശമൗനത്തോട് അവൻ മന്ത്രിച്ചത് അവൾക്കുവേണ്ടി മാത്രമായിരുന്നു. അവൾ വിശ്വാസിയായിരുന്നോയെന്ന് അവനറിയില്ല. അവന്റെ ജാതിയും മതവുമെല്ലാം അവൻ മാത്രമായിരുന്നു. അവളെ കണ്ടതിനു ശേഷം അവളും.

മഴ മാറി, ആകാശം തെളിഞ്ഞു. പർവ്വതനിരകളിലെ കാറ്റ് താഴ്വാരത്തേക്ക് ഒലിച്ചിറങ്ങി. സിയോൺ മരച്ചില്ലകൾ ആകാശത്തേക്ക് ഉറ്റുനോക്കി, നെടുവീർപ്പുകളോടെ കാതോർത്തുനിന്നു. സമയം ഇഴഞ്ഞു നീങ്ങിക്കൊണ്ടേയിരുന്നു. സഭാധികാരി ഇളകുന്ന ജനസമുദ്രത്തെ നോക്കി അഭിവാദ്യം ചെയ്തു. “നിങ്ങളുടെ അനുവാദത്തോടെ, ഈ സ്ത്രീയെയും പുരുഷനെയും ജീവൻ അവസാനിക്കുന്നതിന് മുൻപു തന്നെ ശവക്കല്ലറയിൽ മൂടാൻ പോവുകയാണ്.” ആർത്തിരമ്പിയ ജനക്കൂട്ടം കൈയടിച്ചു.

“തീർച്ചയായും, തീർച്ചയായും വ്യഭിചാരികളെ അങ്ങനെതന്നെ ചെയ്യണം.” മേലാപ്പുകൾ അപ്പോൾ അഴിഞ്ഞു വീഴുകയായിരുന്നു. രണ്ടു ശവക്കല്ലറകൾ തീർത്തും അപ്പോൾ തുറക്കപ്പെട്ടു. അവളുടെ രക്തം ഒലിക്കുന്ന നഗ്നമേനി എപ്പോഴോ ശവക്കല്ലറയിലേക്ക് നീക്കപ്പെട്ടിരുന്നു. അവൾ കണ്ണുകൾ അടച്ചിരുന്നില്ല. തുറന്ന കണ്ണുകളോടെ, ശരീരത്തിലെ ബന്ധനങ്ങളോടെ അവൾ ശവക്കല്ലറയ്ക്കുള്ളിൽ. നിതാന്ത ശൂന്യത അവളെ അപ്പോൾ വലയം ചെയ്യുകയായിരുന്നു. അതേസമയം അവനു വേണ്ടിയും ശവക്കല്ലറ തുറക്കപ്പെട്ടിരുന്നു. പച്ച ജീവനോടെ, തുടിക്കുന്ന ഹൃദയത്തോടെ, കണ്ണുകളിൽനിന്ന് ഒലിച്ചിറങ്ങിയ രക്തത്തുള്ളികളോടെ അവനും നിതാന്ത ശൂന്യതയിലേക്ക് അമരുകയായിരുന്നു.

ആകാശം പെട്ടെന്നിരുളുകയോ കാരണമില്ലാതെ സൂചിയിലക്കാടുകൾ നിന്നു വിറയ്ക്കുകയോ ചെയ്തു.

“ഇത് തീർത്തും അനീതി തന്നെയാണ്. സ്നേഹിച്ചുപോയ രണ്ടാത്മാക്കളെ ഇത്രമേൽ ക്രൂരമായി വധിക്കുന്നത് തീർത്തും അനീതി തന്നെയാണ്.” അന്തരീക്ഷത്തിൽ അലയടിച്ച ശബ്ദം ആരും തിരിച്ചറിഞ്ഞില്ല. ആകാശത്ത് അപ്പോൾ മേഘങ്ങൾ എങ്ങോട്ടെന്നില്ലാതെ പരക്കം പായുകയും പർവ്വതങ്ങളിൽനിന്ന് താഴേക്ക് വന്ന കാറ്റ് ഇളകി മറിയുകയും ചെയ്തു. ആഘോഷത്തിമിർപ്പിലെ ജനം കാതു നഷ്ടപ്പെട്ടവരായി, കണ്ണു നഷ്ടപ്പെട്ടവരായി, കരളു മുറിഞ്ഞവരായി ഏതൊക്കെയോ തീരങ്ങളി

ലേക്ക് ഒലിച്ചിറങ്ങുകയായിരുന്നു. കാറ്റിന്റെ കൈകളിലപ്പോൾ ന്യായാധിപന്മാരുടെ മേലങ്കികൾ പറന്നുനടക്കുകയായിരുന്നു. അവരുടെ ശിരോവസ്ത്രവും കുരിശും വായുവിൽക്കിടന്ന് നിലവിളിക്കുകയും ജനം അതു കണ്ട് ആർത്തലയ്ക്കുകയും ചെയ്തു.

"എവിടെ, എവിടെ യേശുക്രിസ്തുവിന്റെ തിരുരൂപം എവിടെ?" അവരുടെ കൈകളിലെ *ബൈബിളു*കൾ താനേ കാറ്റിൽ അലയുകയായിരുന്നു. യേശു മിശിഹാ എവിടെ?

അവർ നോക്കി നില്ക്കെ യേശുവിന്റെ ക്രൂശിതരൂപം രക്തം ഒലിപ്പിക്കാൻ തുടങ്ങുകയും ഓരോ തുള്ളി രക്തവും ഭൂമിയിലേക്ക് വീണ്..... വീണ്......

കൊടുങ്കാറ്റുകൾ സൃഷ്ടിക്കുന്നത്

ഉദാത്തമായ, ശ്രേഷ്ഠമായ ഒരു സങ്കല്പമായിരുന്നു ഞങ്ങൾക്ക് ലോകത്തിനെക്കുറിച്ച് ഉണ്ടായിരുന്നത്. അതിന് വിപരീതമായി ഒരിക്കൽ പോലും ചിന്തിക്കാതിരിക്കാൻ ഞങ്ങൾ ശ്രദ്ധിക്കുകയും ചെയ്തു. ലോകമെന്നാൽ ഒരടഞ്ഞ കൂടാരമല്ലെന്നും, ആ കൂടാരത്തിൽ പോർ വിളികളുടെയും അമർഷങ്ങളുടെയും അപശബ്ദങ്ങളുമില്ലെന്നും, പകരം ലോകം ഒരു തുറന്ന മൈതാനമാണെന്നും ആ മൈതാനത്തിലൂടെ അനേക ലക്ഷങ്ങൾ, ജീവന്റെ പലരൂപങ്ങൾ അനസ്യൂതം സഞ്ചരിച്ചുകൊണ്ടിരിക്കുകയാണെന്നും, ആ സഞ്ചാരത്തിൽ ഒരിക്കൽപോലും പോർവിളികളുടെ മുഴക്കങ്ങൾ ഉണ്ടാകില്ലെന്നും ഞങ്ങൾ നാലുപേരും ഒന്നുപോലെ ചിന്തിച്ചു. ആ ചിന്തകളിലൂടെയായിരുന്നു ഞങ്ങൾ ഞങ്ങളുടെ ജീവിതത്തെ മുന്നോട്ടുനയിച്ചതും.

ഒരു പ്രധാനകാര്യം ശ്രദ്ധിക്കപ്പെടാതിരിക്കാൻ പാടില്ല. കാരണം അതാണ് ഞങ്ങളുടെ അസ്തിത്വം. ഞങ്ങൾ നാലുപേർക്കും പേരില്ലായിരുന്നു, കണ്ടുമുട്ടുമ്പോൾ. പേരില്ലായിരുന്നതുകൊണ്ടുതന്നെ ഞങ്ങൾക്ക് ഞങ്ങളുടെ അസ്ഥിവാരങ്ങളെക്കുറിച്ചോ വേരിൻപടർപ്പുകളെക്കുറിച്ചോ ഒരു രൂപവുമില്ലായിരുന്നു. ഭൂമിയുടെ അഗാധതയിൽ, എവിടെയോപൊട്ടിയൊഴുകുന്ന ഒരു നീരുറവ ഉണ്ടായിരുന്നേക്കാമെന്നും ആ നീരുറവയുടെ അരികിലായി പൊട്ടിമുളച്ചു പൊന്തിയ പേരില്ലാ ചെടികളാവാം ഞങ്ങൾ നാലുപേരുമെന്നും, ഒരു സന്ധ്യക്ക് പൊട്ടിച്ചിരിച്ച് പറഞ്ഞത്, ഞങ്ങൾ തന്നെ സ്വയം നാമകരണം ചെയ്ത ഇന്ദ്രൻ ആയിരുന്നു. അവന് ആ പേര് യോജിക്കുമോയെന്ന് ഞങ്ങൾക്ക് അറിയില്ല. എങ്കിലും അവന് ആ പേര് തന്നെ മതിയെന്നായിരുന്നു ഞങ്ങളുടെ തീരുമാനം. അവനെ

കൂടാതെ അവശേഷിക്കുന്ന ഞങ്ങൾ മൂന്നുപേരുടെ പേരും ഞങ്ങളുടെ സ്വയം കണ്ടെത്തലും തീരുമാനവുമായിരുന്നു. അത് യഥാക്രമം വിക്രം, സൂര്യൻ, സൗമ്യൻ എന്നിവയായിരുന്നു. സത്യത്തിൽ ഈ പേരുകൾക്ക് ഞങ്ങളുടെ പ്രകൃതവുമായി എത്രമാത്രം യോജിപ്പുണ്ടെന്ന് പറയുവാൻ കഴിയില്ല. എങ്കിലും ഞങ്ങൾ ആ പേരുകളോട് പരമാവധി യോജിച്ചു പോകുവാൻ ശ്രമിച്ചു.

അപ്പോൾ ഞങ്ങൾ പേരിടപ്പെട്ടത് ഏകദേശം ഞങ്ങളുടെ യൗവനാവസ്ഥയിലാണെന്ന് ഇതിനകം ബോദ്ധ്യപ്പെട്ടുകാണുമല്ലോ. തികച്ചും യാദൃച്ഛികമായിരുന്നു ഞങ്ങളുടെ കൂടിച്ചേരൽ. ആ കൂടിച്ചേരലിനെ വേണമെങ്കിൽ ഐതിഹാസികമെന്നോ മറ്റോ ആരെങ്കിലും വിശേഷിപ്പിച്ചാലും തരക്കേടില്ല. കാരണം പേരും, നാളും, നാടും വയസ്സും അറിയാത്ത നാലു പേർ, ഒരേപോലെ ചിന്തിക്കുന്ന നാലുപേർ ലോകത്തിന്റെ ഏതെങ്കിലും കോണിൽവച്ച് ഒരുമിച്ചുചേർന്ന് ജീവിതം ആരംഭിക്കുന്നത് ഒരുതരം ഐതിഹാസികം തന്നെയല്ലേ. ഈ ലോകത്തിൽ അങ്ങനെയൊക്കെ സംഭവിക്കുമായിരിക്കും അല്ലേ?

ലോകം, അതൊരു വിചിത്രമായ പദം തന്നെയല്ലേ? എന്തിനെയും ആവാഹിക്കുന്ന, എന്തിനെയും ആശീർവദിക്കുന്ന, എന്തിനെയും തച്ചുടയ്ക്കുന്ന ഒരു കളരി. ഇവിടെ വിജയികൾ ആര്? പരാജിതർ ആര് ? എല്ലാം കുത്തൊഴുക്കിൽ ഒലിച്ചു പോവുകയല്ലേ. പറഞ്ഞുവന്നത് എവിടെയോ മുറിഞ്ഞുപോയതുപോലെ. ഞങ്ങളുടെ കണ്ടുമുട്ടലിനെക്കുറിച്ചായിരുന്നല്ലോ പരാമർശം.

ശക്തമായ ഒരു കൊടുങ്കാറ്റ് ദേശങ്ങളിൽനിന്ന് ദേശങ്ങളിലേക്ക്, രൂപങ്ങളിൽനിന്ന് രൂപങ്ങളിലേക്ക് ആഞ്ഞുവീശുന്നുണ്ടായിരുന്നു. ആകാശങ്ങളുടെ അതിരുകൾ എവിടെയോ ഭേദിക്കപ്പെട്ടു. ആകാശവും സമുദ്രവും സമതലങ്ങളും പീഠഭൂമികളും ഒന്നുപോലെ കൊടുങ്കാറ്റിൽ ഇളക്കപ്പെട്ടു. രാജ്യങ്ങളോ, രാഷ്ട്രത്തലവന്മാരോ, കലാകാരന്മാരോ, ശരാശരി മനുഷ്യരോ, മുതലാളികളോ, തൊഴിലാളികളോ ആരും വിഭജിക്കപ്പെട്ടില്ല. എല്ലാവരും ഒന്നുപോലെ ഒഴുകുകയായിരുന്നു കൊടുങ്കാറ്റിന്റെ കൈകളിലൂടെ. പേരില്ലാ മരങ്ങൾ രാജ്യങ്ങളിൽനിന്ന് രാജ്യങ്ങളിലേക്ക് കടപുഴക്കി എറിയപ്പെട്ടു. വൻമതിലുകളും കോട്ടകൊത്തളങ്ങളും ഒന്നൊഴിയാതെ കൊടുങ്കാറ്റിന്റെ കൈകളിൽ അനുനിമിഷം വിറച്ചുതലകുത്തി. ഭൂമിയുടെ അഗാധതയിൽ നീരുറവകൾപോലും പേടിച്ചരണ്ട പക്ഷിക്കൂട്ടങ്ങളെപ്പോലെ എങ്ങോട്ടെന്നില്ലാതെ കുത്തിയൊലിക്കാൻ തുടങ്ങി. മേഘങ്ങളും അപ്പോൾ ഛിന്നഭിന്നമായി കഴിഞ്ഞിരുന്നു. അന്തരീക്ഷത്തിലൂടെ ആഞ്ഞെറിയപ്പെടുന്ന കൂടാരങ്ങളിലൂടെ മനുഷ്യരൂപങ്ങൾക്ക് മുഖം നഷ്ടപ്പെട്ടുതുടങ്ങിയിരുന്നു. അങ്ങനെ ഏതോ വേളയിലാണ് ഞങ്ങൾ ആ തീരങ്ങളിൽ വന്നുപതിച്ചത്. കൊടുങ്കാറ്റ് ശമിച്ചുതുടങ്ങിയപ്പോൾ ഭൂമിയിലെ അതിർവരമ്പുകളെല്ലാം എവിടെയോ പോയി മറഞ്ഞിരിക്കുന്നു. ആകാശങ്ങൾക്കും അതിർവരമ്പുകളില്ലായിരുന്നു. അപ്പോൾ ഞങ്ങൾക്കും

അതിർവരമ്പുകളില്ലായിരുന്നു. ഞങ്ങൾ ഏതു രാജ്യത്തിലായിരുന്നുവെന്നോ, ഏതു ഭാഷ സംസാരിച്ചിരുന്നവരാണെന്നോ സത്യത്തിൽ ഇപ്പോഴും ഞങ്ങൾക്കറിയില്ല. ഞങ്ങൾ ഞങ്ങൾക്കുവേണ്ടി ഒരു പുതിയ ഭാഷ സ്വയം സൃഷ്ടിക്കുകയായിരുന്നു, ഞങ്ങളുടെ ആശയങ്ങൾ വിനിമയം ചെയ്യുവാൻ. ഞങ്ങളുടെ ഓർമ്മകൾ എവിടെയാണ് പൊലിഞ്ഞടർന്നതെന്ന് പലവേളകളിലും ചിന്തിച്ചിട്ടുണ്ട്. പക്ഷേ, ഓർമ്മയുടെ കവാടങ്ങൾ എവിടെയോ ആഞ്ഞടയ്ക്കപ്പെട്ടുകിടക്കുന്നു. കൊടുങ്കാറ്റിന്റെ കൈകളിലൂടെ ഞങ്ങൾ കൂറ്റൻ മരങ്ങൾക്കൊപ്പം ആകാശത്തിലൂടെ പറന്നുനടന്ന എപ്പോഴോ ആവാം ആ കവാടങ്ങൾ അറിയാതെ ആഞ്ഞടക്കപ്പെട്ടുപോയത്. പക്ഷേ, എങ്കിലും ഞങ്ങൾക്ക് നന്നായി ചിരിക്കാൻ അറിയാമായിരുന്നു. മനോഹരമായിരുന്നു ഞങ്ങളുടെ സംസാരവും ചിരിയുമെല്ലാം. കാര്യം അതെല്ലാം ഞങ്ങൾ പുതിയതായി സൃഷ്ടിച്ചെടുത്തതാണ്. പഴമയുടെ ഗന്ധം അതിൽ ഇല്ലായിരുന്നു.

ഞങ്ങൾ ഏതു രാജ്യക്കാരാണെങ്കിലും ഈ പേരുകളൊക്കെത്തന്നെ മതി ഞങ്ങൾക്കെന്ന് ഞങ്ങൾ കൂട്ടായി തീരുമാനിച്ചതാണ്. പക്ഷേ, അപ്പോഴെല്ലാം ഞങ്ങളിൽ ഒരു ചോദ്യം ബാക്കി നിന്നു. ഞങ്ങൾ ഏതു രാജ്യത്തിന്റെ ഭാഗമായി മാറണം, അല്ലെങ്കിൽ ഞങ്ങൾ വന്നുപതിച്ച ഈ വിജനസ്ഥലം ഏതു രാജ്യത്തിന്റെ അതിർത്തിയിൽപ്പെട്ടതാകും? പക്ഷേ, ചോദ്യങ്ങൾ മാത്രമേ ഞങ്ങളുടെ പക്കൽ ഉണ്ടായിരുന്നുള്ളു. ഉത്തരങ്ങൾ ഇല്ലായിരുന്നു. കാരണം ഉത്തരം നല്കുവാൻ ഒരു ഭരണകൂടത്തെയും ഞങ്ങൾ കണ്ടില്ല. ഞങ്ങളുടെ തീരങ്ങൾ തികച്ചും വിജനവും ഏകാന്തവുമായിരുന്നു. ഈ വിജനതയിലൂടെ, ഈ ഏകാന്തതയിലൂടെവേണം ഞങ്ങൾക്ക് മുന്നേറുവാൻ. ഞങ്ങൾക്ക് പുതിയ ആകാശം നിർമ്മിക്കേണ്ടതുണ്ട്. പുതിയ കടലുകൾ നിർമ്മിക്കേണ്ടതുണ്ട്. ഞങ്ങൾക്കൊരു പുതിയ ലോകം നിർമ്മിക്കേണ്ടതുണ്ട്. അവിടെ ഉദിച്ചുയരാൻ മറ്റൊരു സൂര്യനെയും നിർമ്മിക്കേണ്ടതുണ്ട്. ആ സൂര്യവെളിച്ചത്തിൽ വിടർന്നുണരുന്ന പൂക്കളിലേക്ക് പുതുസ്നേഹത്തിന്റെ പുത്തനുണർവ്വുകൾ പകർന്നു നല്കേണ്ടതുണ്ട്. അതുതന്നെയായിരുന്നു ദിനരാത്രങ്ങളിലൂടെ ഞങ്ങൾ നാലുപേരും ചിന്തിച്ചത്. ഞങ്ങളുടെ ചിന്തകൾക്ക് സ്വപ്നങ്ങളുടെ നിറവും കാരിരുമ്പിന്റെ ദൃഢതയുമുണ്ടായിരുന്നു. എത്രയെത്ര ഏകാന്ത ചരിവുകളിലൂടെയാണ് ഞങ്ങൾ നാലുപേരും നീങ്ങിക്കൊണ്ടിരിക്കുന്നത്. എവിടെയോ ഒരു വെള്ളി വെളിച്ചം, പുതിയ വെളിച്ചം ഞങ്ങൾക്കുവേണ്ടി ഉണർന്നുനില്പുണ്ടെന്ന് അറിയാതെയെങ്കിലും ഞങ്ങൾ നാലുപേരുടെയും മനസ്സ് മന്ത്രിച്ചു.

ആ വെള്ളി വെളിച്ചത്തിൽ എത്തപ്പെട്ടത് പകലിലാണോ രാത്രിയിലാണോയെന്ന് അറിയില്ല. കാരണം രാത്രികളും പകലുകളും ഭൂമിയിൽനിന്ന് അപ്രത്യക്ഷമായിരുന്നു. കൊടുങ്കാറ്റിന്റെ കൈകളിൽ തൂങ്ങി എവിടെയോ പോയ്മറഞ്ഞ ദിനരാത്രങ്ങളെ ഞങ്ങൾ ഇനിയും സൃഷ്ടിക്കേണ്ടതുണ്ട്. രാത്രിയുടെയും പകലിന്റെയും മുഖമില്ലാത്ത

ഭൂമിക്കുമുകളിലെ വെള്ളിവെളിച്ചത്തിൽ ഞങ്ങളുടെ ദൃഷ്ടികൾ ആരെയൊക്കെയോ തേടുകയായിരുന്നു. ജീവന്റെ തുടിപ്പുകൾ എങ്ങോട്ടാണ് ഒരിക്കലും അവസാനിക്കാത്ത ഓർമ്മകളുമായി പോയ്മറഞ്ഞതെന്ന് സത്യത്തിൽ ഞങ്ങൾക്ക് അറിയില്ലായിരുന്നു. ഞങ്ങളുടെ മസ്തിഷ്കത്തിലൂടെ പിറന്നുവീണ നൂതനമായ ചിന്തകളിലൂടെ ഒരുപാട് ഒരുപാട് ഞങ്ങൾ മുന്നോട്ടുപോവുകയായിരുന്നു. ആഞ്ഞടിച്ച കൊടുങ്കാറ്റിന്റെ കൈകളിൽ ഊർന്നുവീണുപോയ ഞങ്ങളുടെ ഓർമ്മയുടെ ശകലങ്ങൾ ഭൂമിയുടെ ഏതുഭാഗത്തേക്ക് തെന്നിമാഞ്ഞുപോയെന്നോ അവയെ ഒരിക്കലെങ്കിലും വീണ്ടും തിരിച്ചു പിടിക്കാനാവുമെന്നോ ഒരുപക്ഷേ, ഞങ്ങൾ ചിന്തിക്കാതിരുന്നില്ല. പക്ഷേ, ഞങ്ങളുടെ ചിന്തകൾ അസ്ഥാനത്തായിരുന്നു. വേർതിരിവില്ലാത്ത ഒരു ലോകത്തിലൂടെ ജീവന്റെ പുതിയ മസ്തിഷ്കങ്ങൾ ഉണർന്നുവരുന്നത് ഞങ്ങൾ കണ്ടു. അവയുടെ രൂപവും ഭാവവും ഞങ്ങൾക്ക് തീർത്തും അപരിചിതമായിരുന്നു. ഒരുപക്ഷേ, ഞങ്ങളുടേതെന്ന് ഞങ്ങൾ കരുതുന്ന ഭാഗങ്ങൾപോലും ഞങ്ങൾക്കന്യമായിരുന്നു. തീപിടിച്ച മസ്തിഷ്കങ്ങൾക്കുപകരം ഒരുപാട് കുളിർക്കാറ്റ് വീശുന്ന ഉണർവ്വിന്റെ മനോഹരിതയുമായാണ് ഓരോ പുതുജന്മവും ഉണർന്നെഴുന്നേല്ക്കുന്നതെന്ന് ഞങ്ങൾക്ക് തോന്നി. അപ്പോഴും ഞങ്ങൾ പരസ്പരം നോക്കി, ആത്മാവിന്റെ അകത്തളങ്ങളിലേക്ക്. അവിടെ അപ്പോഴും എപ്പോഴോ ആഞ്ഞടിച്ചൊരു കൊടുങ്കാറ്റിന്റെ പ്രതിധ്വനിയും ആ പ്രതിദ്ധ്വനിയിലൂടെ ലോകമൊന്നാകെ കടപുഴകി അലയുന്ന ഒരു ചിത്രവും ഞങ്ങളെ ഉറ്റുനോക്കുന്നുണ്ടായിരുന്നു. ഞങ്ങൾ ചിന്തിക്കാൻ തുടങ്ങി, പുതിയ തലച്ചോറോടുകൂടി. തലച്ചോറിൽ ഉണർന്നുകിടന്നിരുന്ന പുത്തൻ കോശങ്ങൾ ഞങ്ങളോട് മൃദുവായി ചൊല്ലിയത് സ്നേഹത്തിന്റെ ഭാഷയായിരുന്നു. ലോകം മുഴുവൻ അപാരമായി ഒരു സ്നേഹത്തിന്റെ കാറ്റ് വീശിത്തുടങ്ങുന്നതായി ഞങ്ങൾ എപ്പോഴോ അറിഞ്ഞു. എന്നോ പെയ്തുതീർന്നുപോയൊരു കൊടുങ്കാറ്റിലൂടെ ലോകത്തിന്റെ സകല ദുർമന്ത്രവാദങ്ങളും ഒഴിഞ്ഞുപോയെന്നും, ഇനിയൊരു പുത്തൻ പുലർകാലം കാത്തിരിക്കുന്നത് സ്നേഹത്തിന്റെ ഈ ഊഷ്മളക്കാറ്റുകൾ മാത്രമാണെന്നും ഞങ്ങളുടെ ഹൃദയത്തിലേക്ക് മന്ത്രിച്ചു തുടങ്ങിയത് ആരെന്നറിയില്ല. എങ്കിലും ഒന്നു ഞങ്ങൾക്ക് വ്യക്തമായിരുന്നു. എല്ലാതീരങ്ങളിലൂടെയും പുത്തൻ കാറ്റുകൾ വീശിത്തുടങ്ങിയിരിക്കുന്നു. പുത്തൻ പുലർകാലങ്ങൾ ഉണർന്നുതുടങ്ങിയിരിക്കുന്നു. പുതിയ പുഷ്പങ്ങൾക്കും പുതിയ സ്വപ്നങ്ങൾ മാത്രമായിരുന്നു.

ഞങ്ങൾ അപ്പോൾ തീർച്ചയായും അത്തരമൊരു ലോകത്തിലായിരുന്നു. രാജ്യങ്ങൾക്കുതമ്മിൽ വിടവില്ലാത്ത, കടലുകൾക്ക് തമ്മിൽ അതിർത്തികളില്ലാത്ത, ആകാശങ്ങൾക്ക് വേർതിരിവില്ലാത്ത ഒരു ലോകം. അപ്പോൾ ഞങ്ങൾ ഓർത്തു, ഞങ്ങൾ ഏതുഭാഷയിലാണ് ചിന്തിക്കുന്നതെന്ന്. ഒരു പുത്തൻഭാഷ എല്ലാ കടലുകളെയും താണ്ടി, എല്ലാ ആകാശങ്ങളെയും ഭേദിച്ച് ലോകമെമ്പാടും വീശുന്ന കാറ്റിലൂടെ പ്രസരി

ക്കുന്നുണ്ടായിരുന്നു. ആ കാറ്റിൽ നിറഞ്ഞുതുളുമ്പിയ സ്നേഹത്തിലൂടെ പുത്തനുണർവ്വിന്റെ പുതുപുഷ്പങ്ങൾക്കു മുകളിലൂടെ പുതിയൊരു ഭാഷ അറിയാതെ വീശിത്തുടങ്ങിയിരുന്നു, എല്ലാ ചുണ്ടുകളിലേക്കും. ഞങ്ങൾക്ക് അപ്പോൾ കാണാമായിരുന്നു ഒരുപാടുസ്നേഹങ്ങളെ. പുത്തൻ ഭാഷയിലൂടെ പുതിയ സ്വപ്നങ്ങൾ തേടിയപ്പോൾ എല്ലാ മഹാനഗരങ്ങളും മഹാപർവ്വതങ്ങളും എല്ലാ സമുദ്രങ്ങളും ഒരിക്കലും വേർതിരിക്കാനാകാത്ത ഒന്നായിത്തീരുന്നതായോ അവയ്ക്കെല്ലാം മുകളിലൂടെ സ്നേഹപ്രവാഹങ്ങളുടെ ഉജ്ജ്വല കിരണങ്ങൾ പ്രവഹിക്കുന്നതായോ ഞങ്ങൾ അറിഞ്ഞു. അപ്പോഴാണ് ഞങ്ങൾ അറിഞ്ഞത് ഞങ്ങൾ ഞങ്ങൾ മാത്രമല്ലെന്ന്. ഈ ലോകത്തിലെ സകല മസ്തിഷ്കങ്ങളും ഞങ്ങളിലൂടെ പുനർജ്ജനിക്കുന്നതായോ ആ മസ്തിഷ്കങ്ങളിലൂടെ ഉണർന്ന തീവ്രതകൾ ലോകമാകെ പടരുന്നതായോ ഞങ്ങളറിഞ്ഞു. അപ്പോഴും ഞാൻ തേടുകയായിരുന്നു, ഞങ്ങളുടെ ഓർമ്മകളെ. അഗാധമായ കയങ്ങളിലെവിടെയോ ആണ്ടുപോയ ഞങ്ങളുടെ ഓർമ്മകളിൽ നൊമ്പരങ്ങളുടെയോ, രോഷങ്ങളുടെയോ ആത്മനിന്ദകളുടെയോ പെരുംകടലുകൾ ഉണ്ടായേക്കാം. തീർച്ചയായും അവയിലേക്ക് വീണ്ടുമുണരാതെ പുതിയൊരു പുലർവെട്ടക്കാറ്റിലൂടെ ഞങ്ങൾ മുന്നേറിക്കൊണ്ടേയിരുന്നു. ഈ ലോകത്തിനുമപ്പുറമുള്ള മറ്റൊരു ശാന്തിയുടെ ലോകത്തേക്ക്. ജാതിക്കും, മതത്തിനും, വർഗ്ഗത്തിനും ഭാഷയ്ക്കുമപ്പുറമായി എന്നോ ഉണർന്നെഴുന്നേല്ക്കാവുന്ന മറ്റൊരു ലോകത്തേക്ക്. ആ ലോകത്തിലേക്ക് തന്നെയുള്ള പ്രയാണത്തിലാവാം ഒരുപക്ഷേ, ഞങ്ങളീ വിജനതീരത്ത് എത്തപ്പെട്ടതും പരസ്പരം കണ്ണുകളിൽ തങ്ങളെതന്നെ തിരിച്ചറിയാൻ തുടങ്ങിയതും.

അപ്പോഴും ഞങ്ങൾക്കു മുകളിലെ ആകാശത്തു കൂടെ അനന്തമായ ഉജ്ജ്വല പ്രവാഹങ്ങൾ ഉണ്ടായിരുന്നു. ഒരുപക്ഷേ, ആ പ്രവാഹങ്ങൾ തന്നെയാവാം കൊടുങ്കാറ്റുകളോ അവയ്ക്കും ഉപരിയായ മറ്റെന്തെക്കെയോ ആവുന്നതെന്നും ഞങ്ങളറിഞ്ഞു. തീർച്ചയായും ഞങ്ങൾ ഉണർന്നു തന്നെയിരിക്കുന്നു, രാത്രികൾക്കും പകലുകൾക്കും പുതിയമുഖമുള്ള പുതിയ ലോകത്ത്. സൂര്യൻ ഉദിക്കുകയോ അസ്തമിക്കുകയോ ചെയ്യാത്ത പുതിയ ലോകത്ത്. കൊടുങ്കാറ്റുകൾ അപ്പോൾ ആരംഭിക്കുകയോ അവസാനിക്കുകയോ ചെയ്യുന്നില്ല.

പൊന്തക്കാടുകൾ പറയുന്നത്

'ശവം സംസാരിച്ചുകൊണ്ടേയിരുന്നു. ചീർത്തുവീർത്ത ഉടലോടെ, ദ്രവിച്ചുപൊടിഞ്ഞ മസ്തിഷ്കത്തോടെ, ഇടയ്ക്കിടെ ഉത്തമന്റെ മുഖത്തേക്ക് ഉറ്റുനോക്കി. അങ്ങനെ ശവത്തിന്റെ സംസാരം നീണ്ടുകൊണ്ടേയിരുന്നു. ഒരുപാട് ഒരുപാട് കാര്യങ്ങൾ ശവത്തിന്റെ നാവിലൂടെ പുറത്തേക്ക് ഒഴുകിയപ്പോൾ, ഒരു വല്ലാത്ത രസംപിടിച്ച് ഉത്തമൻ ശവത്തിനോട് ചേർന്നിരിക്കുകയും ഇടയ്ക്കിടെ മൂളുകയും ചെയ്തു. എന്തെല്ലാം കാര്യമാണ് ശവം പറയുന്നത്. ഇതൊന്നും താനിതുവരെയും അറിയാതിരുന്നതാണോ? ഒന്നും ചിന്തിക്കാതിരുന്നതല്ലേ. ലോകം എങ്ങനെ നിലനില്ക്കുന്നുവെന്ന്, ഒരുപിടി അധികാരവർഗ്ഗം ഭൂരിപക്ഷത്തിനെ എങ്ങനെ അടിച്ചമർത്തി ഭരണം കൈയാളുന്നുവെന്ന്. എല്ലാത്തിനുമുപരി ശവം സംസാരിച്ചത് ഉള്ളവന്റെയും ഇല്ലാത്തവന്റെയും ഇടയിലുള്ള വിടവിനെക്കുറിച്ചാണ്. ആ വിടവ് ഒരു വിടവ് തന്നെ ആണെന്നെ. മരിച്ചശേഷമാണ് ഞാനീ ലോകത്തിന്റെ ഇത്ര വികൃതമായ മുഖം കാണുന്നത്. ശവം അതും പറഞ്ഞ് തന്റെ നീലിച്ച പെരുവിരൽ ഭൂമിയിലേക്ക് അമർത്തി. "നോക്കു, ഞാനിപ്പോൾ ശവമാണ്. എനിക്കൊന്നിനെയും ഭയക്കേണ്ട. എന്തും ഞാൻ വെട്ടിത്തുറന്ന് പറയും. ആർക്കും എന്നെ ഇനി കൊല്ലാൻ കഴിയുകയില്ല. ഇന്നലകളിൽ ഞാനൊന്നിനെപ്പറ്റിയും ചിന്തിച്ചിരുന്നില്ല." ശവത്തിന്റെ കരുവാളിച്ച ചുണ്ടിലെ ചിരി രാത്രിയുടെ നിഗൂഢതകളിലൂടെ ഒഴുകി പരന്നപ്പോൾ ഉത്തമൻ കാതോർക്കുകയായിരുന്നു.

"കുറച്ച് വർഗ്ഗം സുഖിക്കാനായി പിറന്നിരിക്കുന്നു. ഭൂമിയിലെ സ്വത്തു മുഴുവനും അവരുടെയൊക്കെ കൈയിലാണ്. ഇന്നത്തെ ശവമായ ഞാനും നാളത്തെ ശവമാകേണ്ട നീയുമൊക്കെ വെറും കൃമികളാണ് കൃമികൾ.

അഴുക്കുചാലിലൂടെ നമ്മൾ പുളച്ച് പുളച്ച് നീന്തുമ്പോൾ അവർ രാജ്യസിംഹാസനങ്ങളിലെ ശീതളച്ഛായയിലിരുന്ന് നമ്മളെ കൊന്നുതള്ളാവുന്നതേയുള്ളൂ."

ശവം എന്തോ പറയാൻ നാവെടുത്തപ്പോഴാണ് ഉത്തമന്റെ പോക്കറ്റിൽ മൊബൈൽ ഫോൺ ശബ്ദിച്ചത്. ഉത്തമൻ ഫോൺ കാതോടു ചേർക്കുകയും, നീരസത്തിൽ എന്തോ പറഞ്ഞ് കട്ടാക്കുകയും ചെയ്തു.

"ആരാ അത്, ഭാര്യ ആണോ?" ശവത്തിന്റെ ചോദ്യം പെട്ടെന്നായിരുന്നു.

"അതെ എങ്ങനെ മനസ്സിലായി." ഉത്തമൻ ജിജ്ഞാസയോടെ ശവത്തിന്റെ മുഖത്തേക്ക് നോക്കി. "അതൊക്കെ എനിക്കറിയാം. അതൊക്കെ ഭാര്യയോടല്ലാതെ മറ്റാരോടും ഇത്ര നീരസത്തോടെ പറയാൻ കഴിയില്ല. ഞാനും ഇങ്ങനെയൊക്കെ തന്നെയായിരുന്നു." സത്യത്തിൽ ഉത്തമന്റെ ഉള്ളിന്റെയുള്ളിൽ വല്ലാത്ത ദേഷ്യം ഭാര്യയോട് ഉണ്ടായിരുന്നു. "അമ്മിണി കോളിങ്" എന്നെഴുതി കാണുമ്പോഴെ ശരീരത്തിലെ സർവ്വ ഞരമ്പുകളിൽനിന്നും രക്തം വാർന്നൊഴുകിപ്പോകും. ജഡാവസ്ഥയിലായിരിക്കും പലപ്പോഴും ഫോൺ കാതോട് ചേർക്കുന്നത്. അല്ലാതെ സംഭവിക്കുന്നത് അപൂർവ്വമായി മാത്രം. ഇന്നുതന്നെ എത്രാമത്തെ പ്രാവശ്യമാണ് ഈ അമ്മിണി കോളിങ് ഫോണിൽ തെളിയുന്നത്. എപ്പോൾ വിളിച്ചും ആവലാതികളേയുള്ളൂ. ഈ ഫോൺ എന്ന യന്ത്രത്തോട് തന്നെ കടുത്ത അമർഷം തോന്നുന്നത് അപ്പോഴാണ്. പെട്ടെന്ന് ഉത്തമന്റെ മനസ്സിൽ വൈകുന്നേരമാണ് തെളിഞ്ഞുവന്നത്, സന്ധ്യമയങ്ങാൻ തുടങ്ങുന്ന സമയം. ആകെ അലങ്കോലപ്പെട്ട മനസ്സോടെയായിരുന്നു പീറ്ററിന്റെ പെയിന്റ് കടയിൽ പതിവുപോലെ കൂടിയത്. ആന്റണിയും, മോസും, ഹമീദുമെല്ലാം തനിക്കു മുമ്പെതന്നെ, കടയുടെ അകത്തെ ചെറിയ മുറിയിൽ സ്ഥാനം പിടിച്ചിരുന്നു. എല്ലാവർക്കും ഓരോ നിശ്ചിത സ്ഥാനമുണ്ട്. ആ സ്ഥാനത്തിൽ നിന്ന് ആരും അല്പവും വ്യതിചലിക്കുകയില്ല. പീറ്ററായിരുന്നു കുപ്പിപൊട്ടിച്ചത്. ഗ്ലാസുകളിലേക്ക് മദ്യം പകർന്നുകൊണ്ടിരുന്നപ്പോഴാണ് പോക്കറ്റിൽ ശല്യം ശബ്ദിച്ചു തുടങ്ങിയത്. ഊറിക്കൂടിക്കൊണ്ടിരുന്ന ഉത്സാഹത്തിനുമേൽ മങ്ങിയ നിഴൽ വിരിച്ച് ഫോൺ കാതോട് ചേർത്തു." ഉത്തമേട്ടാ പച്ചക്കറി വാങ്ങാൻ മറക്കരുതേ." അമ്മിണിയുടെ ശബ്ദമാണ് ലോകത്തിലെ ഏറ്റവും വികൃതമായ ശബ്ദമെന്ന് തോന്നിച്ചുകൊണ്ട് അയാൾ ഫോൺ ഓഫാക്കിയപ്പോൾ, അയാളിൽ മാത്രമല്ല ആന്റണിയിലും പീറ്ററിലും മോസിലും ഹമീദിലുമൊക്കെ അമർഷം നുരയുന്നതുപോലെ തോന്നി. സത്യത്തിൽ എന്തു നീതികേടാണ്, സ്വർഗ്ഗത്തിന്റെ താക്കോൽ തിരിക്കുമ്പോഴാണ് ഒരു .... ഉത്തമന്റെ ചുണ്ടുകൾ വികൃതമായി ചലിച്ചു.

"എന്താഹേ- താങ്കൾ ഗഹനമായി ചിന്തിക്കുന്നത്. ഞാൻ പറയുന്നതൊന്നും കേൾക്കുന്നില്ലേ?" ശവത്തിന്റെ ഓർമ്മപ്പെടുത്തലിൽ ഉത്തമൻ പുത്തനുണർവ്വോടെ വീണ്ടും കാതോർത്തു. "ക്ഷമിക്കണം ഞാനാ

ഫോൺ കോളിന്റെ വിരസതയിലേക്ക് പോയതുകൊണ്ടാണ്. എന്താണ് നമ്മൾ പറഞ്ഞുകൊണ്ടിരുന്നത്?" ശവത്തിന്റെ ഓർമ്മ എവിടെയോ ഉടക്കിയതുപോലെ. ഉത്തമൻ അത് പെട്ടെന്ന് തന്നെ ഓർത്തു.

"നമ്മൾ വെറും പുഴുക്കളാണെന്ന്, അഴുക്കുചാലിൽ പുളയുന്ന പുഴുക്കളാണെന്ന്."

"അതെ അതെ തനിക്ക് നല്ല മെമ്മറിയാണല്ലോ." ശവം ഉത്തമനിലേക്ക് അഭിനന്ദനം ചൊരിഞ്ഞു. "നമ്മൾ പുഴുക്കൾ തന്നെയാണ്. അഴുക്കുചാലുകളിലൂടെ തന്നെയാണ് നമ്മൾ പുളയുന്നത്. നമ്മളുടെ തലയും തലച്ചോറുമെല്ലാം മരിക്കുന്നതിനു മുമ്പേ ജീർണ്ണിച്ചതാണ്. നൂറ്റാണ്ടുകളിലൂടെ അവ ജീർണ്ണിച്ച് അഴുകുകയാണ്. നമ്മുടെ തലയിലൂടെ, തലച്ചോറുകളിലൂടെ വേഗത്തിൽ വണ്ടിയോടിച്ചുപോകുകയാണ് ആരൊക്കെയോ. നമ്മളോ വൈകുന്നേരങ്ങളിലെ തെരുവുകുടിച്ചേരലുകളിലേക്ക് കൂപ്പുകുത്തുന്നു."

ശവം നിർത്താതെ സംസാരിച്ചുകൊണ്ടേയിരുന്നപ്പോൾ ഉത്തമന്റെ ഉള്ളിലെന്തോ ആളുന്നതുപോലെ തോന്നി. തീയായിരിക്കും. കുടലും, ആമാശയവും, കരളും ശ്വാസകോശവുമെല്ലാം കത്തിതുടങ്ങുകയായിരിക്കും. ഇവ എല്ലാം ഇങ്ങനെ കത്തി തുടങ്ങിയാൽ നമ്മളൊക്കെ എങ്ങനെ ജീവിക്കുമെന്ന് പീറ്റർ എപ്പോഴോ എല്ലാവരോടുമായി ചോദിച്ചത് ഉത്തമൻ ഓർത്തു. കൈയിലിരുന്ന് നുരയുന്ന വിലകുറഞ്ഞ മദ്യത്തിന്റെ പതപ്പിലേക്ക് നോക്കി- എല്ലാവരുടെ ചുണ്ടുകളും ഒരുപോലെയാണ് ശബ്ദിച്ചത്. "പകലെല്ലാം നമ്മുടെ കരളും കുടലും ആമാശയവുമെല്ലാം ആർക്കോ വേണ്ടി പണിയെടുക്കുകയല്ലേ, വൈകുന്നേരങ്ങളിൽ നമ്മളവയെ കത്തിക്കുന്നു." ഉത്തമന്റെ ചുണ്ടിലൂടെ ഒരു ഗൂഢച്ചിരി അമർന്നൊഴുകുന്നുണ്ടായിരുന്നു.

"നീ വീണ്ടും മറ്റെന്തോ ചിന്തിക്കുന്നു. അല്ലേ?" ശവം നീരസത്തോടെ ഉത്തമന്റെ കണ്ണുകളിലേക്ക് നോക്കി.

"എന്തു ചെയ്യാനാ എന്റെ മനസ്സ് എനിക്കു സ്വന്തമല്ല. അതിങ്ങനെ കുതിരയെപ്പോലെ പായുകയാണ്. ഞാനനുഭവിക്കുന്ന വ്യഥ നിനക്കറിയാമോ ശവമേ?" ഉത്തമന്റെ കണ്ണുകൾ ചുവന്നുകലങ്ങിയിരിക്കുന്നത് ശവം ഇരുട്ടിലൂടെ കാണുന്നുണ്ടായിരുന്നു. താനും ഇങ്ങനെയൊക്കെ തന്നെ ആയിരുന്നുവെന്നാണ് ശവം അപ്പോൾ ഓർത്തത്. പകൽ മുഴുവൻ തോളിലെ ഭാരങ്ങൾ. വൈകുന്നേരങ്ങളിൽ ചീഞ്ഞ ഗന്ധങ്ങളിലേയ്ക്ക്, സ്വർഗ്ഗത്തിലേക്കുള്ള മുങ്ങൽ. ഇതിനിടയിൽ എന്തെങ്കിലും ജീവിതം എന്ന വസ്തു അവശേഷിക്കുന്നുണ്ടോയെന്നറിയില്ല.

"ഈ ജീവിതം ജീവിതം എന്നു പറഞ്ഞാൽ എന്താണെന്ന്, ആർക്കാണെന്ന് നിനക്ക് അറിയാമോ." ശവം ഉത്തമന്റെ ചുവന്ന കണ്ണുകളിലേക്ക് മെല്ലെ നോക്കി പറഞ്ഞുതുടങ്ങി.

"നമ്മൾ പാവങ്ങൾക്ക്, കഥയില്ലാത്തവർക്ക്, എന്നുവച്ചാൽ ദാരിദ്ര്യരേഖയ്ക്കും കീഴിലുള്ളവർക്ക് ജീവിതമെന്നൊന്നില്ല. പിടച്ചിലുകളെ

യുള്ളു. അഴുക്കുവെള്ളത്തിലെ പിടച്ചിലുകൾ. നാറുന്ന തെരുവുകളിൽ, നായ്ക്കൾക്കൊപ്പം നമ്മളും ജീവിക്കുന്നു. നായ്ക്കൾക്ക് പക്ഷേ, വീര്യം കൂടിയ മദ്യം കിട്ടാറില്ല. നമ്മൾക്കതാണ് ഭാഗ്യം. പകലത്തെ ഭാരങ്ങളെല്ലാം നമ്മൾ വൈകുന്നേരത്തെ ആൽക്കഹോളിൽ കലക്കും. അപ്പോൾ നമ്മളും സ്വർഗ്ഗത്തിലാണ്." ശവം ഉറക്കെ ചിരിച്ചു തുടങ്ങിയപ്പോൾ ഉത്തമൻ ഒരിക്കലൂടെ ഓർത്തു. അമ്മിണി കോളിങ് അവസാനം ഫോണിൽ കണ്ട സമയം. മോസും, ആന്റണിയും, പീറ്ററും താനുമെല്ലാം സ്വർഗ്ഗത്തിലൂടെ അങ്ങനെ തേരോടിക്കുകയായിരുന്നു. തേരിൽ എല്ലാവരും തുല്യർ. ആരും ആരേക്കാളും വലുതല്ല. പീറ്റർ ആർത്തുചിരിക്കുന്നു. ചുണ്ടുകളിലൂടെ ഒലിച്ചിറങ്ങുന്ന തുപ്പൽ വടിച്ചുകളഞ്ഞ് അയാൾ ഉറക്കെ പറയുന്നു.

"എനിക്കൊരു ദുഃഖവുമില്ല. ഒരു ദുഃഖവും. സൂര്യനാണ് എന്റെ ദുഃഖം, അവനാണെന്നെ പകലിലേക്ക് തള്ളിയിടുന്നത്. രാത്രിയാണെന്റെ സ്വർഗ്ഗം. എന്നെ പണിയിൽനിന്ന് പിരിച്ചുവിട്ടവന്മാർക്ക് അറിയില്ല ഞാൻ ഇപ്പോൾ സ്വർഗ്ഗത്തിലാണെന്ന്." ഉത്തമൻ അപ്പോൾ അറിയാതെ ഓർത്തു. പീറ്ററും കുടുംബവും വാടകവീട്ടിൽനിന്ന് ഒഴിപ്പിക്കപ്പെട്ടതും, അവർ മോസിന്റെ രണ്ടു മുറിയുള്ള കൊച്ചു വീട്ടിലേക്ക് താമസം മാറിയതും.

അപ്പോഴാണ് അമ്മിണി കോളിങ് വീണ്ടും കണ്ടത്. സ്വർഗ്ഗത്തിലെ തേരിൽ ഇരുന്നുകൊണ്ടുതന്നെ ഫോൺ കാതോടു ചേർത്തു.

"എന്താ അമ്മിണി നിനക്ക് കിടന്ന് ഉറങ്ങിക്കൂടെ."

ഉത്തമന്റെ ചോദ്യം കേൾക്കാതെ തന്നെ അമ്മിണി പറഞ്ഞുകൊണ്ടിരുന്നു. "മോന് നല്ല സുഖമില്ലെന്ന് തോന്നുന്നു. വേഗം വരണേ, അവന് ശരീരം വല്ലാതെ പൊള്ളുകയും വിറയ്ക്കുകയും ചെയ്യുന്നു."

ഫോൺ ഓഫാക്കി പോക്കറ്റിലിടുമ്പോഴേക്കും പീറ്ററും മോസും ആന്റണിയുമെല്ലാം ഗുഡ്നൈറ്റ് പറഞ്ഞ് തെരുവിന്റെ ഇരുളിലൂടെ മുങ്ങി മറഞ്ഞിരുന്നു.

"നീ പിന്നെയും എന്താണ് ചിന്തിക്കുന്നത്. ഈ ലോകത്തെങ്ങുമല്ലേ. എനിക്കാകെ ബോറടിക്കുന്നു, നിന്റെയീ ചതഞ്ഞ ഇരുപ്പ് കണ്ടിട്ട്." ശവം ഉത്തമന്റെ തോളിലൂടെ കൈയിട്ടു. ഉത്തമന്റെ ഉള്ളിലപ്പോൾ അഗ്നി എരിഞ്ഞുകൊണ്ടിരിക്കുകയായിരുന്നു. അയാളുടെ കണ്ണുകൾ ശവത്തിന്റെ കണ്ണുകളുമായി കൂട്ടിമുട്ടിയപ്പോൾ ശവം മെല്ലെ പറഞ്ഞു.

"നിനക്കറിയാമോ ഞാൻ നാലു ദിവസങ്ങളായി ഇവിടെ, ഈ പൊന്തക്കാടിൽ കിടക്കുകയാണ്. നാലു ദിവസത്തിനു മുൻപ് ഞാനിതിലെ, നിന്നെപോലെ ആടി വരികയായിരുന്നു. എനിക്കൊപ്പം എന്റെ ചങ്ങാതിയെന്നു പറയുന്നവനും ഉണ്ടായിരുന്നു. ഇടയ്ക്കെപ്പോഴോ നിർത്തി ശവം ദീർഘനിശ്വാസം വിട്ടു. ആരെയും വിശ്വസിക്കരുത്, ആരെയും. ഞാനും അവനും ഒരുമിച്ച് മദ്യപിക്കുന്ന, ഒരുമിച്ച് പൊട്ടിച്ചിരിക്കുന്ന, ഒരുമിച്ച് അർത്ഥമില്ലാതെ പൊട്ടിക്കരയുന്നവരായിരുന്നു. പക്ഷേ, ഞാനും അവനും തമ്മിൽ

ഈ പൊന്തക്കാടിനരികിൽ വച്ചാണ് എന്തോ ഒന്നും രണ്ടും പറഞ്ഞ് ഉടക്കിയത്. ഞങ്ങൾ രണ്ടുപേരും പകൽ മുഴുവനും ചുമടെടുക്കുന്ന, വിയർത്തൊലിക്കുന്ന, തലച്ചോറും മനസ്സും മറ്റാർക്കോ വേണ്ടി വിറ്റ രണ്ട് ദാരിദ്ര്യരേഖയ്ക്ക് കീഴിലുള്ളവരായിരുന്നു. ഞങ്ങളുടെ വഴക്കിനും ഒരു നിലവാരമില്ലായിരുന്നു. ഞാൻ അവനെ എന്തിനോ അടിച്ചു. അവൻ എന്നെ എന്തെടുത്ത് അടിച്ചുവെന്നറിയില്ല. ഞാനപ്പഴെ ചത്തു വീഴുകയായിരുന്നു. അടി എവിടെയോ വശം തെറ്റിയിരിക്കണം. പക്ഷേ, വിചിത്രമായത് ഞാൻ മരിച്ചിട്ടും എന്റെ ശരീരം ജീവനില്ലാതെ ആയിട്ടും നാട്ടിൽ എന്റെ തിരോധാനം ഒരു പ്രശ്നവുമായിട്ടില്ല. ഞാൻ ചത്തത് എന്റെ വീട്ടുകാർപോലും അറിഞ്ഞിട്ടില്ല. അവർ കരുതിക്കാണും ഞാൻ ഇടയ്ക്കിടയ്ക്ക് എങ്ങോട്ടെങ്കിലും മുങ്ങാറുള്ളതുപോലെ പോയതാണെന്ന്. ഏറെ രസകരം എന്നെ അടിച്ചവനും അറിഞ്ഞുകാണില്ല ഞാൻ ചത്തെന്ന്. അവന്റെ തല മുഴുവൻ അപ്പോൾ മദ്യമായിരുന്നുവല്ലോ. ഒരുപക്ഷേ, തലച്ചോർ ഉണർന്നപ്പോൾ അവൻ എനിക്കുവേണ്ടി കരഞ്ഞു കാണും. പക്ഷേ, ഒന്നറിയാമോ, നമ്മൾ പാവങ്ങൾ പട്ടികളെപ്പോലെ ചത്തു കിടന്നാലും അങ്ങനെയൊന്നും അഴുകില്ല. വയറ്റിൽ നിറയെ വീര്യമുള്ളതല്ലേ കിടക്കുന്നത്. ഉത്തമൻ അറിയാതെ തലച്ചോറ് ഒന്നുകുടഞ്ഞു. തലച്ചോറിൽനിന്ന് എന്തൊക്കെയോ പുറത്തേക്ക് വമിക്കുന്നു. ചൂട്, പുക, കാറ്റ് ഒന്നും വ്യക്തമല്ല.

അയാൾ ഒരിക്കലൂടപ്പോൾ തിരിഞ്ഞുകിടന്നു. ഹൃദയം വല്ലാതെ സ്പന്ദിച്ചു തുടങ്ങുകയായിരുന്നു. ചുണ്ടുകൾ അറിയാതെ മന്ത്രിക്കുകയും.

"താനും ഇപ്പോൾ ഒരു ശവമായോ. പീറ്ററും അഹമ്മദും മോസുമെല്ലാം ഏതൊക്കെയോ തെരുവുകളിൽ, ഇരുളുകളിൽ ഇപ്പോൾ ചത്തു കിടക്കുകയാവുമോ?. ആവോ ആർക്കറിയാം." ഉത്തമൻ കണ്ണുകളടച്ചു. പൊന്തക്കാടിനപ്പോൾ മരിച്ച മനുഷ്യരുടെ മാത്രം ഗന്ധങ്ങളായിരുന്നു.

മഹാനിദ്രകൾ

'**അ**പ്പോൾ നിനക്ക് മഞ്ഞിന്റെ മുഖമായിരുന്നു, ഞാൻ നിന്നെ ആ വീതികൂടിയ ഫുട്പാത്തിനരികിൽ കണ്ടപ്പോൾ. പകൽ ആരംഭിച്ചു തുടങ്ങുകയായിരുന്നു. റോഡിനിരുവശവും നിരന്നുനിന്ന പേരറിയാത്ത മരങ്ങളിൽ നിന്നുകൊഴിഞ്ഞുവീണ മഞ്ഞപൂക്കളെയും വയലറ്റുപൂക്കളെയും കൊണ്ട് ഫുട്പാത്ത് ഏറെ മനോഹരമായി കിടക്കുകയായിരുന്നു. എനിക്കപ്പോൾ സത്യത്തിൽ വേദനയാണ് തോന്നിയത്. മരച്ചില്ലതുമ്പുകളിൽ സ്വപ്നം കണ്ടുണർന്നു ചിരിച്ച നിറമുള്ള പൂക്കളാണല്ലോ ഏറെ നിസ്സഹായരായി വഴിനിറഞ്ഞു കിടക്കുന്നത്. എനിക്കവയെ ചവിട്ടാതെ നടക്കണമായിരുന്നു. ഓരോ പൂവും ഓരോ മൊട്ടായിരുന്നു. ആ മൊട്ടിലൊരായിരം സ്വപ്നങ്ങളും ഉറങ്ങുന്നുണ്ടായിരുന്നു. ആ സ്വപ്നങ്ങളുടെ മാസ്മരികതയിൽനിന്ന് അവയെ തല്ലിക്കൊഴിച്ച കാറ്റിനോട് എനിക്കമർഷമായിരുന്നു. എന്തിനെയും തല്ലിക്കെടുത്താൻ ആഞ്ഞുവീശുന്ന കാറ്റുകളോടെല്ലാം എനിക്കമർഷമാണ്.

ഞാൻ പൂക്കളെ ചവിട്ടാതെ ബദ്ധപ്പെട്ട് വളരെ ശ്രദ്ധയോടെ ഫുട്പാത്തിനരികിലൂടെ നടന്നപ്പോഴാണ് നിന്റെ മുഖം കണ്ടത്. മഞ്ഞിന്റെ മുഖമുള്ള നിന്നിൽ തിളക്കമുള്ള രണ്ടു കണ്ണുകളെ ഞാൻ കണ്ടു. തീർച്ചയായും നീ സുന്ദരിയായിരുന്നു. ഇളം റോസ് നിറമുള്ള നേർത്ത സാരിയിൽ നിന്റെ സൗന്ദര്യം ഇരട്ടിയാവുന്നതുപോലെ എനിക്കു തോന്നി. എനിക്കെന്തെങ്കിലും നിന്നോട് മിണ്ടണമെന്നുണ്ടായിരുന്നു. പക്ഷേ, നീ എത്ര വേഗമാണ് എന്നിൽനിന്നകന്ന് പോയത്, ഒരു കാറ്റിനെ പോലെ. ഞാൻ തീർത്തും ദുഃഖിതനായിരുന്നു അപ്പോൾ. പകലിന് ചൂടു കൂടിയപ്പോഴും, പൊരിഞ്ഞവെയിലത്ത് ഞാൻ വിയർത്തൊഴുകിയപ്പോഴും ഞാനാ

മഞ്ഞിന്റെ പ്രഭാതത്തിൽ തന്നെയായിരുന്നു. എനിക്കുമുന്നിൽ നീയും പിന്നെ നിറമുള്ള പൂക്കളും മാത്രമേ ഉണ്ടായിരുന്നുള്ളൂ.

ഞാൻ എന്റെ ഗുഹയിൽ എപ്പോഴും ഏകനായിരുന്നു, എന്തിനെയോ പ്രതീക്ഷിച്ച്, ആരെയോ പ്രതീക്ഷിച്ച്. എല്ലാ ഇരുൾപരപ്പുകളിലൂടെയും ഒരു പ്രകാശരശ്മി ഇരുളിനെ തുളച്ചു വരുമെന്നും ആ പ്രകാശത്തിൽ ലോകത്തിന്റെ മുഖം വെട്ടിത്തിളങ്ങുമെന്നും എനിക്ക് തോന്നിയിരുന്നു. എന്റെ ഹൃദയത്തിലപ്പോൾ ജ്വലിച്ചുനിന്നിരുന്ന മുഖം നിന്റേതായിരുന്നു. നിന്റെ മഞ്ഞിന്റെ മുഖം. ആ തൂവെള്ള മഞ്ഞിലൂടെ ചിറകടിച്ചുയരുന്ന പക്ഷികളെയും ഞാൻ കണ്ടു. പക്ഷേ, ഞാനപ്പോഴും അറിയാതെ ഓർത്തുപോവുകയായിരുന്നു, വീണുകിടന്നിരുന്ന ആ നിറമുള്ള പൂക്കളെയും അവയുടെ സ്വപ്നങ്ങളെയും. അപ്പോൾ ഒരു മഞ്ഞുകാലം അവസാനിക്കുകയായിരുന്നു.

പിന്നെ ഞാൻ നിന്നെ കണ്ടത് ആ മഴകൾക്കു നടുവിലായിരുന്നു. ഗ്രാമത്തിലും നഗരത്തിലും കാറ്റിലും കടലിലും ഒരുപോലെ പെയ്തു തുളുമ്പിയ മഴ. അപ്പോൾ നമ്മളാ വൃക്ഷച്ചുവട്ടിലെ നിറഞ്ഞ ഏകാന്തതയിലായിരുന്നു. ഒരിക്കൽപ്പോലും നമ്മൾ കരുതിക്കൂട്ടി കണ്ടതായിരുന്നില്ല. എന്നിട്ടും നമ്മളാ മരച്ചുവട്ടിൽ ഒരുപോലെനിന്ന് മഴനനഞ്ഞ് മറ്റൊരു പെരുമഴ ആവുകയായിരുന്നു. മഴയ്ക്കപ്പോൾ നിന്റെ മുഖമായിരുന്നു. ആയിരം മഴത്തുള്ളികൾ നിന്നിലൂടെ ചാഞ്ഞും ചരിഞ്ഞും ഒഴുകുന്നത് ഞാൻ കണ്ടു. ആ മഴത്തുള്ളികളിലൂടെ ഒരായിരം സ്വപ്നങ്ങളും നിന്നിലൂടെ പടർന്നൊഴുകുന്നുണ്ടായിരുന്നു. ഒടുവിലാ സ്വപ്നങ്ങളും മഴയും നീയായി മാറിയപ്പോൾ നിന്നിലൂടെ ആയിരം കാവ്യസൗന്ദര്യങ്ങളെ ഞാൻ കണ്ടു. ആ വൃക്ഷം അപ്പോൾ എത്ര മൗനത്തിലായിരുന്നു, എന്നെയും നിന്നെയുംപോലെ. ചില്ലകളിലൂടെ തുള്ളിത്തുളുമ്പിയ മഴത്തുള്ളികളെ ഹൃദയത്തിലേറ്റുവാങ്ങി മരം പതിയെ മന്ത്രിച്ചത് എനിക്കും നിനക്കുംവേണ്ടിയായിരുന്നു. അപ്പോൾ മരത്തിനും നിന്റെ മുഖമായിരുന്നു. മഴയിലൂടെ പറന്നുവന്ന പക്ഷികൾ ചില്ലകൾക്കുള്ളിലെവിടെയോ മറഞ്ഞിരുന്ന് കൊക്കുരസി പറഞ്ഞത് എന്നെയും നിന്നെയുംകുറിച്ചായിരുന്നു. അപ്പോൾ പക്ഷികളുടെ തൂവലുകൾക്ക് നിന്റെ ഹൃദയത്തിന്റെ സൗരഭ്യമായിരുന്നു. മഴയും മരവും ഞാനും നീയും പിന്നെ പക്ഷികളും മൗനമായതെപ്പോഴാണെന്ന് അറിയില്ല. മഴ എപ്പോഴോ തോർന്നിരുന്നു. പക്ഷികൾ എപ്പോഴോ പറന്നുപോയിരുന്നു. ഞാൻ അപ്പോൾ നിന്നെ കണ്ടില്ല, നീ അപ്പോൾ എന്നെയും കണ്ടില്ല. അതൊരു മഴക്കാലത്തിന്റെ അവസാനമായിരുന്നു. എത്ര മൗനമായിരുന്നെന്നോ ആ മരം, ഒരിക്കലും വിടരാത്ത മൊട്ടുകളുമായി.

പിന്നെയും ഞാൻ നിന്നെ കണ്ടു, നീ എന്നെയും. വറ്റിവരണ്ട പുഴയ്ക്കരികിലെ കരിഞ്ഞുണങ്ങിയ കൈതക്കാടുകൾക്കിടയിലൂടെ നീയും ഞാനും രണ്ടു സമാന്തരരേഖകൾ ആവുകയായിരുന്നു, അപ്പോൾ. ആ ഒരു കൂടിക്കാഴ്ചയും ഒരിക്കലും നമ്മൾ മുൻകൂട്ടി തയ്യാറാക്കിയതായിരു

ന്നില്ല. പക്ഷേ, നമ്മൾ വീണ്ടും കാണുകയായിരുന്നു, ആ മഴക്കാലത്തിന്റെ അവസാനത്തിനുശേഷം. കരിഞ്ഞുണങ്ങിയ കൈതക്കാടുകൾക്കിടയിലൂടെ പറന്നുപോയൊരു പക്ഷിയുടെ ചുണ്ടിൽനിന്ന് അറിയാതൊരു സ്വപ്നം താഴെ വീണുടഞ്ഞത് അപ്പോഴായിരുന്നു. ആ സ്വപ്നത്തിന്റെ ഇതളുകളിലൂടെ എന്നോ പൊഴിഞ്ഞുപോയൊരു വസന്തത്തിന്റെ മാദകഗന്ധം പടർന്നൊഴുകുന്നുണ്ടായിരുന്നു. ഞാൻ അപ്പോൾ നിന്റെ കണ്ണുകളിലേക്ക് നോക്കി. ആ കണ്ണുകൾ അപ്പോൾ കടലുകളായി മാറുന്നത് ഞാനറിഞ്ഞു. ആ കടലുകളിലൂടെ നീന്തിത്തുടിക്കുവാൻ എനിക്ക് മോഹമുണ്ടായിരുന്നെങ്കിലും നീയും ഞാനും രണ്ട് സമാന്തരരേഖകൾ തന്നെ ആയിരുന്നു.

വീണുടഞ്ഞ സ്വപ്നത്തിന്റെ ഇതളുകളിലൂടെ പടർന്നൊഴുകിയ മാദകഗന്ധവും തേടി ഏതോ ഒരു പാമ്പ് ഉറ ഉരിഞ്ഞ് മണ്ണിലേക്ക് ഇഴഞ്ഞെത്തുന്നുണ്ടായിരുന്നു, വെന്തുനീറിയ മാളത്തിൽനിന്ന്, ആ മാളത്തിലപ്പോൾ കരിഞ്ഞനാഗങ്ങളുടെ അവസാനിക്കാത്ത രോദനങ്ങളായിരുന്നു. എല്ലാ രോദനങ്ങൾക്കൊടുവിലൂടെയും കാറ്റ് തീയായി വീശുന്നുണ്ടായിരുന്നു, വീണുടഞ്ഞ സ്വപ്നത്തിന്റെ ദുഃഖവും പേറി. എന്നോ പറന്ന് മറഞ്ഞുപോയൊരു പക്ഷിയുടെ വിലാപവും കാറ്റിലൂടെ അപ്പോൾ ഒഴുകുന്നുണ്ടായിരുന്നു. പാമ്പിന്റെ ഹൃദയത്തിലപ്പോൾ കരിഞ്ഞ കാലത്തിന്റെ കെട്ട ഗന്ധങ്ങളായിരുന്നു. അതൊരു വേനലായിരുന്നു. നിന്റെ മുഖത്തിനുമപ്പോൾ വേനലിന്റെ ഛായ തോന്നി. വറ്റിവരണ്ട പുഴകളോ കരിഞ്ഞുണങ്ങിയ പാടങ്ങളോ നിന്നിലേക്ക് നിറയുന്നത് ഞാനറിഞ്ഞു. നിന്റെ കണ്ണുകളപ്പോൾ കടലുകളായിരുന്നില്ല. കടൽ വാർന്നുപോയി എന്നോ ഉയർന്നുവന്നൊരു മരുഭൂമിയുടെ തുണ്ടായിരുന്നു നിന്റെ കണ്ണിലപ്പോൾ. അപ്പോൾ നീ എന്നെ കാണുന്നില്ലായിരുന്നു. ഞാൻ നിന്നെയും കാണുന്നില്ലായിരുന്നു. നമ്മളിലപ്പോൾ മഞ്ഞുകാലവും, മഴക്കാലവും വേനലും അവസാനിച്ചു തുടങ്ങിയിരുന്നു. കടൽവാർന്നുപോയ കരയിലൂടെയപ്പോൾ ചത്ത മീനുകളേയും ഞണ്ടുകളേയും കടൽജന്തുക്കളേയും തേടി ഓരിയിട്ട നായ്ക്കളുടെ കൂട്ടമായിരുന്നു. ചത്തതിന്റെ ഗന്ധവും തേടി അവ പുതിയ കരകളിലൂടെ തലങ്ങും വിലങ്ങും പായുകയായിരുന്നു. അവയ്ക്കപ്പോൾ മരണങ്ങളുടെ ഗന്ധമായിരുന്നു. ഞാനും നീയും അപ്പോൾ ഒന്നുമറിഞ്ഞില്ല. നമ്മളപ്പോൾ സമാന്തരരേഖകൾ ആയിരുന്നില്ല. പൊട്ടിച്ചിതറിയ ഒരഗ്നിപർവ്വതത്തിന്റെ പുകഞ്ഞു തീരാത്ത രണ്ടറ്റങ്ങൾ മാത്രമായിരുന്നു. എനിക്കറിയാം നിന്നിലൂടെ ഒഴുകുന്ന ചാരത്തിനും എന്നിലൂടെ ഒഴുകുന്ന ചാരത്തിനും ഒരേ ഗന്ധമാണെന്ന്.

അപ്പോൾ അതൊരു കാലഘട്ടത്തിന്റെ അവസാനമായിരുന്നു. ചത്ത കടൽജന്തുക്കളുടെ ചീഞ്ഞുനാറിയ ഗന്ധവും പേറി ദിശയറിയാതെ അലഞ്ഞകാറ്റ് എവിടെയോ വഴിതെറ്റി കടലിലേക്ക് തന്നെ അറിയാതെ ഊളിയിട്ടുപോയത് ഞാനും നീയും ഒരുപോലെ അറിയുന്നുണ്ടായിരുന്നു. കടലിനഗാധകളിലൂടെ തലതല്ലിക്കരഞ്ഞ കാറ്റിന് കരളിലോർക്കുവാൻ

എന്നോ പറന്നുപോയൊരു പക്ഷിയുടെ കിളിത്തൂവലുണ്ടായിരുന്നുവെന്ന് ഒരുപക്ഷേ, കടൽപോലും അറിഞ്ഞിരിക്കില്ല. കടലുകൾ അങ്ങനെയാണ്, ഒന്നും അറിയുന്നില്ല. പക്ഷേ, എല്ലാ അറിയുന്നു. മരിച്ചകാറ്റുകൾ മടങ്ങിവരുവാൻ കാത്തിരുന്ന മരച്ചില്ലകൾക്കു മുകളിൽ ആകാശം അപ്പോൾ കത്തിയടരുകയായിരുന്നു. ആകാശങ്ങളും അങ്ങനെയാണ്, എപ്പോൾ വേണമെങ്കിലും കത്തിയടർന്നു വീഴാവുന്നതേയുള്ളൂ. ഞാനും നീയും അപ്പോൾ മഹാനിദ്രയിലായിക്കഴിഞ്ഞിരുന്നു. ശേഷമൊന്നും നമ്മൾ ഓർത്തിരിക്കില്ല, ഉറക്കത്തിലെ പേക്കിനാവുകളൊഴികെ. ഉറക്കവും അങ്ങനെയാണ്, മരണമെന്നപോലെ.

കാണികളും കഥാപാത്രങ്ങളും

കർട്ടൻ വീണുകഴിഞ്ഞ് മിനിട്ടുകൾ കഴിഞ്ഞിട്ടും ജനത്തിന്റെ കൈയടി അവസാനിച്ചിരുന്നില്ല. ജനങ്ങൾ ആഹ്ലാദത്തിലും ആരവത്തിലും ആയിരുന്നു. ഏതോ മായിക പ്രപഞ്ചത്തിലൂടെയായിരുന്നു അവർ കഴിഞ്ഞുപോയ മൂന്നു മണിക്കൂറും സഞ്ചരിച്ചിരുന്നത്. പരസ്പരം മിഴികളിൽ നോക്കിയും തിരശ്ശീല വീണു കഴിഞ്ഞ വേദിയിൽ നോക്കിയും അവർ പറഞ്ഞു. "അപാരം അതിമനോഹരം, ഇതാണ് കല." ഈ നാടകം സൃഷ്ടിച്ചയാൾ തീർച്ചയായും അതിബുദ്ധിമാനും മനുഷ്യമനസ്സിനെ ആഴത്തിൽ അളക്കുന്നവനുമാണ്. ആ നാടകം അവിടെ അവതരിപ്പിക്കപ്പെട്ടത് വലിയ മുൻ തയ്യാറെടുപ്പുകൾ ഒന്നുമില്ലാതെയാണ്. സാധാരണഗതിയിൽ പ്രവർത്തിക്കുന്ന ഒരു ക്ലബ്ബിന്റെ വാർഷിക ആഘോഷത്തിന്റെ ഭാഗമായി അതിന്റെ ഭാരവാഹികൾ മുൻകൈയെടുത്ത് അവതരിപ്പിച്ച ഒരു നാടകമായിരുന്നു അത്. തീർച്ചയായും ആ യുവാവ്, ആ നാടകത്തിന്റെ ശില്പി അല്പംപോലും പ്രശസ്തനായിരുന്നില്ലെന്ന് മാത്രമല്ല ജനങ്ങളുടെ ഇടയിൽ സാധാരണ കാണപ്പെടുന്ന ആളുമായിരുന്നില്ല. താൻ ഒരു നാടകത്തിന്റെ രചനയിലാണെന്നും അതൊരുപക്ഷേ, മറ്റുള്ളവർ കാണുമ്പോൾ അതെങ്ങനെ വിലയിരുത്തുന്നുവെന്ന് അറിയാൻ തനിക്ക് താല്പര്യമുണ്ടെന്നും അയാൾ പറഞ്ഞപ്പോൾ, ക്ലബ്ബിന്റെ സെക്രട്ടറിയുടെ ഉത്സാഹത്തിലാണ് ആ നാടകം പ്രശസ്തമായ നാടക ഗ്രൂപ്പിന് കൈമാറുന്നതും അവരതിന് വളരെ പെട്ടെന്നുതന്നെ രംഗാവിഷ്കാരം നല്കുന്നതും. തന്റെ ജീവിതത്തിലെ ഏറ്റവും സുവർണ്ണനിമിഷങ്ങളാണ് ആ കടന്നുപോയതെന്ന്, നാടകത്തിനുശേഷം യുവാവ് കൈയടിക്കുന്ന ജനങ്ങളെ നോക്കി പറഞ്ഞത് അല്പം ഉച്ചത്തിൽ തന്നെയായിരുന്നു.

ജനം തീർത്തും വിരസവും നിറംകെട്ടതുമായ ദിനങ്ങളിലൂടെയായിരുന്നു അപ്പോൾ കടന്നുപൊയ്കൊണ്ടിരുന്നത്. ഓരോ മനുഷ്യന്റെ ഹൃദയത്തിലും പേരറിയാത്തതും അതേ സമയം തീക്ഷ്ണവുമായ വേദനകൾ നിറഞ്ഞിരുന്നു. അങ്ങനെയൊരു കാലമായിരുന്നു അത്. വറ്റി വരണ്ട പുഴകൾക്കു മുകളിൽ സൂര്യൻ വീണ്ടും അഗ്നി പൊഴിച്ചു, വരണ്ട പുഴകളിലൂടെ ചത്തുമലച്ചമീനുകൾ അസ്ഥിപഞ്ജരങ്ങളായി വെയിലിൽ വെട്ടിത്തിളങ്ങി. വരണ്ട പാടങ്ങളിൽ ധാന്യച്ചെടികൾ കരിഞ്ഞുണങ്ങിക്കിടന്നു. ഈ ലോകത്ത് ഇനിയൊരിക്കലും മഴ പെയ്യാതെയിരിക്കുമെന്നോ മനുഷ്യർ മാത്രമല്ല സകല ജീവജാലങ്ങളും ഒരു തുള്ളി വെള്ളംപോലും കിട്ടാതെ നാവു വറ്റി വരണ്ട് ഈ ഭൂലോകത്ത് നിന്ന് മാഞ്ഞുപോയേക്കുമെന്നോ, അറിയാതെയെങ്കിലും ജനം ഭയന്നു തുടങ്ങിയിരുന്നു. എന്തുകൊണ്ട് മഴകൾ പെയ്യുന്നില്ലായെന്നും ഭൂമി തട്ടി തളിർക്കുന്നില്ലായെന്നും ജനം ആത്മരോഷത്തോടെ ചിന്തിച്ചു തുടങ്ങിയിരുന്നു. അപ്പോഴെല്ലാം അവർ ഹൃദയം പൊട്ടിത്തകർന്നുവീണ കുന്നുകളുടെ നിലവിളി കേട്ടു, മരിച്ചുപോയ മരങ്ങളുടെ അവസാനിക്കാത്ത വിലാപങ്ങൾ കേട്ടു. ഭൂമിയുടെ പിളർന്ന മാറിടങ്ങളിലൂടെ കഴുകൻ യന്ത്രങ്ങൾ ആഴ്ന്നിറങ്ങുന്നതും കണ്ടു. തീർച്ചയായും അപ്പോഴൊന്നും കല ആസ്വദിക്കാവുന്ന മാനസികാവസ്ഥയിലായിരുന്നില്ല അവർ. എന്നിട്ടും ആ അപ്രശസ്ത നാടകകൃത്തിന്റെ സൃഷ്ടി വൈഭവത്തിനുമുന്നിൽ അവർ കൈയടിക്കുകയും കാതുകൂർപ്പിക്കുകയും ചെയ്തു. തീർച്ചയായും ആ നാടകം ജീവിതം തന്നെയായിരുന്നു എന്നുള്ളതാണ് സത്യം. ഏതു കാലത്തെ ജീവിതമായിരിക്കുമതെന്ന് ജനം ഉറക്കെ ചിന്തിച്ചു തുടങ്ങിയിരുന്നു. കാരണം കഴിഞ്ഞുപോയ കാലങ്ങളിലെയല്ല, നിലവിലെ കാലത്തിലെ ജീവിതവുമായിരിക്കുമതെന്ന് ജനം ഉറക്കെ ചിന്തിച്ചു തുടങ്ങിയിരുന്നു. തീർച്ചയായും നിലവിലെ കാലത്തിലെ ജീവിതവുമായി ആ മൂന്ന് മണിക്കൂർ കലാസൃഷ്ടിക്ക് ബന്ധമുണ്ടായിരുന്നു. ദിവസങ്ങളായി പട്ടിണികിടന്ന് ക്ഷീണിച്ച മനസ്സോടും ശരീരത്തോടും കൂടിയാണ് ആ യുവാവ് നാടകം എഴുതിത്തീർത്തത്. ആ സമയങ്ങളിൽ അയാളുടെ മനസ്സിൽ നിർത്താത്ത കൊടുങ്കാറ്റും പേമാരിയുമുണ്ടായിരുന്നു. ആഞ്ഞടിച്ച കൊടുങ്കാറ്റുകൾക്കിടയിൽ അയാൾ അറിയാതെയെങ്കിലും പുതിയ ജീവിത ക്രമങ്ങളെ, കാലങ്ങളെ പേപ്പറിലേക്ക് പകർത്തുകയായിരുന്നു. ലോകത്ത് അതിമനോഹരമായ ഒരു ചെടി വളർന്നുവരുമെന്നും ആ ചെടിയിലെ ഇലകളിലൂടെയും പൂക്കളിലൂടെയും ഒരു നവോത്ഥാനം ലോകം മുഴുവൻ പ്രചരിക്കുമെന്നും അയാൾ നാടകത്തിന്റെ മുന്നോടിയായി അവതരണത്തിൽ പറയുന്നുണ്ട്. ആ അവതരണം നിർവ്വഹിച്ചിരുന്നത് നാടകകൃത്ത് തന്നെയായിരുന്നു. ജനം അപ്പോൾ പരസ്പരം പിറുപിറുത്തത് “പുതിയ ചെടി ലോകത്തിലെ പട്ടിണി മുഴുവൻ മാറ്റുമോ?, പുതിയ നീരുറവകൾ സൃഷ്ടിക്കുമോ?” എന്നൊക്കെയാണ്. ജനത്തിന് അതായിരുന്നു അറി

യേണ്ടിയിരുന്നത്. മറ്റെല്ലാം അപ്രസക്തമായ കാലമായിരുന്നു അത്. മനുഷ്യൻ പരസ്പരം മനുഷ്യന്റെ കണ്ണുകളെ കണ്ടു, മനുഷ്യന്റെ കാതുകളെ കണ്ടു. മനുഷ്യന്റെ ചുണ്ടുകളെ കണ്ടു, മനുഷ്യന്റെ ഹൃദയങ്ങളെ കണ്ടു, അവിടെയൊന്നും വിദ്വേഷമോ അത്യാഗ്രഹങ്ങളോ ഇല്ലായിരുന്നു. എല്ലാവർക്കും തൊണ്ട വരണ്ടപ്പോൾ അവർ ആവശ്യത്തിനുമാത്രം ജലപാനം ചെയ്യാൻ കൊതിച്ചു. അവരുടെ വയറ് വിശപ്പുകൊണ്ട് കത്തിക്കാളിയപ്പോൾ അവർ ആവശ്യത്തിനുമാത്രം ആഹാരം കഴിക്കുകയും മറ്റൊന്നും സ്വകാര്യമായി ശേഖരിച്ചു വയ്ക്കാതിരിക്കുകയും ചെയ്തു. ഓരോ മനുഷ്യനും സഹജീവിയുടെ ദാഹം അറിയുകയും, വിശപ്പ് അറിയുകയും ചെയ്തു തുടങ്ങിയപ്പോൾ കാലങ്ങളിലൂടെ പെയ്യാൻ തുടങ്ങിയ കൊടുങ്കാറ്റിൽ പുതിയ പുതിയ തളിർച്ചെടികൾ വീണ്ടും കിളിർത്തു തുടങ്ങുകയായിരുന്നു. ജനം അപ്പോഴും ഒരു മായിക പ്രപഞ്ചത്തിലായിരുന്നു. അവരുടെ ഹൃദയങ്ങളിലൂടെ ആ നാടകത്തിലെ രംഗങ്ങൾ ഒന്നൊഴിയാതെ കടന്നുപോവുകയായിരുന്നു. ആദ്യരംഗത്തിൽ പ്രത്യക്ഷപ്പെട്ടത് ഒരു നായകനോ, നായികയോ ആയിരുന്നില്ല, മനുഷ്യരുടെ ഒരു പറ്റമായിരുന്നു. തുടർന്നുള്ള രംഗങ്ങളിലൂടെ പ്രത്യക്ഷപ്പെട്ട കഥാപാത്രങ്ങൾ, മനുഷ്യരുടെ പറ്റങ്ങൾ തങ്ങൾ തന്നെയല്ലേയെന്ന് ഒരു നിമിഷം കാണികൾ ചിന്തിച്ചുപോയി. അത്രമാത്രം അവരുടെ ജീവിതമായിരുന്നു അത്. എല്ലാ പട്ടിണിക്കും അരാജകത്വത്തിനുമപ്പുറം അവർ ഒരുപോലെ ചിന്തിക്കുന്ന, ഒരേ സ്വപ്നങ്ങളുള്ള ഒരേ വേദനകളുള്ള ഒരാൾക്കൂട്ടമാവുകയായിരുന്നു. കഥാപാത്രങ്ങൾ അപ്പോൾ രംഗത്ത് ഒരേപോലെ പാടുകയും നൃത്തംവയ്ക്കുകയും ചെയ്തു. അവരുടെ നൃത്തചുവടുകളിലൂടെയും ഗാനങ്ങളിലൂടെയും കെട്ടകാലത്തിന്റെ കഥകളെ കഴുകി തുടയ്ക്കുകയായിരുന്നു. നാടകം ഇങ്ങനെ ആയിരുന്നു, ധാരാളം കാലിസമ്പത്തും ഫലഭൂയിഷ്ടിയുള്ള മണ്ണുമുണ്ടായിരുന്ന ജനവിഭാഗം. ആരും ആരെയും ഭരിക്കാത്ത, പരസ്പരം അധികാരം ചെലുത്താത്ത ഒരു കാലത്തെക്കുറിച്ചുള്ള രംഗാവിഷ്കാരം. ആദ്യ ഭാഗങ്ങളിൽ എല്ലാ പാടങ്ങളിലും ധാന്യങ്ങൾ കുലകുത്തി വിളഞ്ഞുനില്ക്കുകയും വൃക്ഷങ്ങളിൽ ധാരാളം ഫലങ്ങൾ നിറഞ്ഞു തൂങ്ങിക്കിടക്കുകയും ചെയ്തു. അവർ അപ്പോൾ കണ്ട ആകാശത്തിൽ മഴവില്ലുകളുടെ ശോഭയും പ്രസരിപ്പുമുണ്ടായിരുന്നു. അരുവികളിലൂടെയും തടാകങ്ങളിലൂടെയും സമാധാനത്തിന്റെ നീരുറവകൾ ധാരാളമായി ഒഴുകിക്കൊണ്ടിരുന്ന കാലത്തിലൂടെ വീശിയ കാറ്റിൽ സ്നേഹത്തിന്റെ തേൻതുള്ളികൾ നിറഞ്ഞുകവിയുകയും അവർ അത് വേണ്ടുവോളം ആസ്വദിക്കുകയും ചെയ്തു. ആ രംഗങ്ങളെല്ലാം യുവാവ് വളരെ തന്മയത്വമായി അവതരിപ്പിച്ചിരുന്നു. പക്ഷേ, എപ്പോൾ മുതലോ കാലത്തിന്റെ മുഖച്ഛായ മാറിത്തുടങ്ങുന്നത്, മണ്ണിന്റെ മണം മാറി തുടങ്ങുന്നത്, മഴകൾ അവസാനിച്ചുതുടങ്ങുന്നത് എല്ലാം അവർ നേരിട്ട് അനു

ഭവിച്ചു തുടങ്ങിയിരുന്നു. അതിനുകാരണം അവർ അറിഞ്ഞിരുന്നില്ലെങ്കിലും എവിടെനിന്നോ, കാലത്തിന്റെ ഏതോ ഓരത്ത് നിന്ന് വീശിത്തുടങ്ങിയ കറുത്ത കാറ്റുകളാണ് തങ്ങളുടെ വിളഭൂമികളുടെ ഫലപുഷ്ടി നഷ്ടപ്പെടുത്തുന്നതെന്ന്, തങ്ങളുടെ ഫലവൃക്ഷങ്ങളിലുള്ള പഴങ്ങളെ വിഷമയമാക്കുന്നതെന്ന് അവർ മനസ്സിലാക്കുന്നുണ്ടായിരുന്നു. ജനം നിസ്സഹായരും നിരാലംബരുമാവുകയും അവർ പരസ്പരം വേദന പങ്കിട്ട് കാലത്തെ അതിജീവിക്കാൻ ആരംഭിക്കുകയും ചെയ്തു തുടങ്ങിയപ്പോൾ ഒരശരീരിപോലെ അവരുടെ ഹൃദയങ്ങളിലൂടെ ചോദ്യങ്ങൾ ഒന്നിന് പിറകേ ഒന്നായി ഉയരുകയായിരുന്നു. നാടകത്തിലെ കഥാപാത്രങ്ങളെല്ലാം അപ്പോൾ ഒരേ മനുഷ്യരാവുകയായിരുന്നു. കാണികൾ തങ്ങളുടെ സ്വന്തം ഹൃദയങ്ങളെയും, അവയിലെ വേദനകളെയും, രോഷങ്ങളെയും വേദിയിലെ കഥാപാത്രങ്ങളിൽ കാണുകയും കഥാപാത്രങ്ങൾ ചലിക്കുന്നതിനൊപ്പം അവരും ചലിച്ചുതുടങ്ങുകയും കഥാപാത്രങ്ങൾ സംസാരിക്കുമ്പോൾ അവരും അതുപോലെ സംസാരിക്കുകയും ചെയ്തു തുടങ്ങിയിരുന്നു. മാറുന്ന കാലം, ആകാശത്തിൽ മേഘങ്ങൾക്ക് രൂപമാറ്റം വരുന്ന ഘടനയോടെയാണ് നാടകകൃത്ത് അവതരിപ്പിച്ചിരുന്നത്. വിഷകുമിളകൾപോലെ ഭൂമിനിറയെ യന്ത്രങ്ങൾകൊണ്ട് നിറയുകയും അവയെല്ലാം മനുഷ്യന്റെ കരളിനെയും ഹൃദയത്തെയും കാർന്നുതിന്നാൻ തുടങ്ങുകയും ചെയ്തപ്പോൾ, ജനം ആർത്തലച്ചുപറഞ്ഞു "തീർച്ചയായും ഇവയാണ് തങ്ങളുടെ സമാധാനം കെടുത്തിയത്. അവയെ അടിച്ചുടച്ച് തകർക്കണം." നാടകത്തിന്റെ അണിയറയിൽ അപ്പോൾ ഒരു ശബ്ദമുണ്ടായിരുന്നു, ഒരശരീരിപോലെ, "യന്ത്രങ്ങളല്ല നിങ്ങളുടെ സമാധാനം കെടുത്തിയത്, യന്ത്രങ്ങൾ നിങ്ങളുടെ ജീവിതത്തെ അനായാസമാക്കുക മാത്രമേ ചെയ്തിട്ടുള്ളൂ." അപ്പോൾ പിന്നെ ആര്-ആര് എന്ന ചോദ്യങ്ങൾകൊണ്ട് സദസ്സ് മുഖരിതമാവുകയും, രംഗത്ത് അപ്പോൾ ഒരനിശ്ചിതത്വത്തിന്റെ ചോദ്യചിഹ്നം പതുക്കെ പതുക്കെ തെളിയുകയും ചെയ്തു. ഇത് അവസാനിക്കാൻ പോകുന്ന ഒരു രംഗംമാത്രമാണെന്നും അടുത്ത രംഗം മനുഷ്യന്റെ മറ്റൊരു കാലത്തിന്റെ അടയാളപ്പെടുത്തൽ ഉണ്ടാകുമെന്നും അണിയറയിൽനിന്നും അനൗൺസ്മെന്റ് ഉയർന്നപ്പോൾ ജനം പതുക്കെ ശാന്തരാവുകയും അവർ അടുത്ത രംഗത്തിനുവേണ്ടി കാത്തിരിക്കാൻ തുടങ്ങുകയും ചെയ്തു. നാടകകൃത്തിന്റെ തലച്ചോറിലൂടെ അപ്പോൾ അനേകമനേകം ശബ്ദകോശങ്ങൾ ജനിക്കുകയും അവയെല്ലാം ചേർന്ന് ഭൂമിയും, ആകാശവും മുഴുവൻ മുഴങ്ങികേൾക്കത്തക്ക വണ്ണമുള്ള ഒരു ഘോര ശബ്ദത്തിന് രൂപംകൊടുക്കുകയും ചെയ്തു. പൊട്ടിയൊലിച്ച ആ ഘോരശബ്ദത്തിലൂടെ കർട്ടൻ വീണ്ടുമുയരുകയും വേദിയിൽ മനുഷ്യരുടെയും മൃഗങ്ങളുടെയും പക്ഷികളുടെയും രൂപമല്ലാത്ത മറ്റേതോ കഥാപാത്രങ്ങൾ പ്രത്യക്ഷപ്പെടുകയും ചെയ്തു.

അപ്പോഴും കാണികൾ കൈയടിച്ചു. തങ്ങൾ–തങ്ങൾതന്നെയാണ് അവരോരോരുത്തരുമെന്ന് അവർ പരസ്പരം പറയുകയും തങ്ങളുടെ ജീവിതത്തെ, ജീവിതാവസ്ഥകളെ സൂക്ഷ്മബുദ്ധിയോടെ രംഗത്ത് പകർത്തിയ നാടകകൃത്തിനെ അവർ വാനോളം പുകഴ്ത്തുകയും ചെയ്തു. അവസാനം പഴയതുപോലെതന്നെ കർട്ടൻ വീണപ്പോൾ കാണികൾ കഥാപാത്രങ്ങളായി മാറുകയോ കഥാപാത്രങ്ങളായിതന്നെ തങ്ങളുടെ താവളങ്ങളിലേക്ക് തിരിക്കുകയോ ചെയ്തു. അപ്പോൾ ഭൂമിക്കും ആകാശത്തിനും നടുവിലുള്ള ശൂന്യതകളിലൂടെ നാടകകൃത്ത് മറ്റെന്തൊക്കെയോ തേടിതുടങ്ങുകയായിരുന്നു.

ആധിപത്യം–
ഒരു സമകാലിക വിഷയം

ആധിപത്യം. അതൊരു വല്ലാത്ത പദം തന്നെയാണ്. ആര് ആരുടെ മേലാണ് ആധിപത്യം സ്ഥാപിക്കുന്നത്.? ശക്തിമാൻ ദുർബ്ബലന്റെ മേൽ. അല്ലാതെന്ത്? അവിടെ തന്നെയാണ് ആധിപത്യത്തിന്റെ പൊരുൾ. ലോകത്തിന്റെ എല്ലാ കോണുകളിലും ആധിപത്യത്തിന്റെ അതിപ്രസരംതന്നെയുണ്ട്. വൻകിട രാജ്യങ്ങൾ ദുർബ്ബല രാജ്യങ്ങളെ കീഴടക്കുന്നു. അവിടങ്ങളിലേക്ക് സൈന്യങ്ങളെ അയച്ച്, അവരുടെ ആഭ്യന്തരകാര്യങ്ങളിൽ ഇടപെട്ട്, അവിടത്തെ സമാധാനങ്ങൾ തല്ലി കെടുത്തുന്നു. ഇല്ലാത്ത ആയുധപ്പുരകൾ തേടി സൈന്യങ്ങൾ സ്വൈരവിഹാരം നടത്തുകയാണ്, പാവപ്പെട്ട രാജ്യങ്ങളുടെ ഹൃദയങ്ങളിൽ ആധിപത്യം പിന്നെയും ഏതെല്ലാം ഏതെല്ലാം രൂപങ്ങളിൽ സ്ഥലകാലഭേദമില്ലാതെ തലയുയർത്തി, ഫണം വിടർത്തി ആടുന്നു. വീണുകിടക്കുന്നവന്റെ മേൽ കാലുയർത്തി ചവിട്ടി അട്ടഹസിക്കുന്നതിന് ആധിപത്യമെന്നല്ലാതെ മറ്റെന്തു പറയാൻ! അപ്പോൾ തീർച്ചയായും ആധിപത്യം ഒരു കാലികപ്രസക്തിയുള്ള വിഷയം തന്നെയാണ്. ആ വിഷയത്തിന്മേലാണ് ഇന്നൊരു സെമിനാറിൽ പങ്കെടുത്ത് സംസാരിക്കേണ്ടിയിരിക്കുന്നത്.

പ്രൊഫസർ ശകുന്തളാദേവി ഉണരുന്ന പ്രഭാതത്തിലേക്ക് നോക്കുകയായിരുന്നു. തുറന്ന ജനാലയിൽക്കൂടി തണുത്ത കാറ്റു വീശുന്നുണ്ട്. എവിടെയൊക്കെയോ വിടർന്നുണരുന്ന പൂക്കളിൽനിന്ന് അറിയാത്തൊരു ഉന്മാദം പടർന്നൊഴുകുന്നു. തെളിഞ്ഞുവരുന്ന ആകാശത്തിലൂടെ കുഞ്ഞു ശലഭങ്ങൾ ചിറകുവിടർത്തി വിടർത്തി പറക്കുന്നുമുണ്ട്. തീർച്ചയായും ഇന്നൊരു നല്ല പ്രഭാതം തന്നെയാണെന്നു തോന്നുന്നു. വീശുന്ന

തണുത്ത കാറ്റിൽ ഹൃദയം കുളിരുന്നു. അകലങ്ങളിൽ എവിടെയോ നില്ക്കുന്ന ഏതോ ഒറ്റമരത്തിൽനിന്ന് പക്ഷികൾ കൂട്ടത്തോടെ ആകാശത്തിലേക്ക് പറന്നുയരുകയും അവ എങ്ങോട്ടോ പോയ് മറയുകയും ചെയ്യുന്നു. താൻ എത്ര കാലമായി കാണുകയാണ് ആ ഒറ്റപ്പെട്ട മരത്തെയെന്ന് ശകുന്തളാദേവി ഓർത്തു. എത്ര തളിരുകളും എത്ര പൂക്കളും ആ മരത്തിൽ വിടർന്നുണർന്ന് കൊഴിഞ്ഞുപോയി, കാലങ്ങളിലൂടെ. വസന്തങ്ങളിൽ ഇലകൾ നിറയുന്നത്, പൂക്കൾ നിറയുന്നത്, ഒടുവിൽ എല്ലാം കൊഴിഞ്ഞ് ഒഴിഞ്ഞ ശിഖരങ്ങളുമായി ആകാശത്തേക്ക് നോക്കി വിതുമ്പുന്നത്, എല്ലാം താൻ എത്ര കാലമായി കാണുന്നു. കാലങ്ങളിലൂടെ ഒഴുകുകയാണോ താനും ആ മരവുമെന്ന് പ്രൊഫസർ. ശകുന്തളാദേവി ഓർത്തു. ഒറ്റപ്പെട്ട മരം, ഒറ്റപ്പെട്ട താൻ. ഹൃദയത്തിന്റെ ഉള്ളറകളിലൂടെ ഒഴുകുന്ന രക്തത്തിന് ശോകത്തിന്റെ ഛായ പടരാൻ തുടങ്ങിയപ്പോൾ, കണ്ണുകൾ തുള്ളിത്തുളുമ്പി പോകുന്നുണ്ടായിരുന്നു. ചുവരിലെ ക്ലോക്കിലേക്ക് അറിയാതെ നോക്കിപ്പോയി. ഏഴുമണി കഴിഞ്ഞിരിക്കുന്നു. പ്രഭാതത്തിന്റെ ഉണർവ്വിലേക്ക് താനിപ്പോഴുമെത്തിയിട്ടില്ല. അപ്പോഴാണ് ഓർത്തത്, താൻ എത്ര ദിവസങ്ങളായി ഡയറി എഴുതിയിട്ട്. എത്ര തിരക്കുള്ള ദിവസങ്ങളാണെങ്കിലും ഡയറി എഴുത്ത് ഒരിക്കലും ഒഴിവാക്കുന്നതല്ലല്ലോ. കഴിഞ്ഞ അഞ്ചു ദിവസങ്ങളായി തനിക്ക് കുറിച്ച് വയ്ക്കുവാൻ ഒന്നുമില്ലായിരുന്നുവോ.? എഴുതാതെപോയ ഒഴിഞ്ഞ കടലാസിലേക്ക് നോക്കി ഹൃദയവും കരളും ഒരുപോലെ മന്ത്രിച്ചു. തീർച്ചയായും ആ ദിവസങ്ങൾ പ്രധാനപ്പെട്ടതു തന്നെയാണ്. നാലു ദിവസങ്ങൾക്കു മുൻപായിരുന്നല്ലോ ഭദ്രനെ യാദൃച്ഛികമായി കണ്ടത്. ആ കൂടിക്കാഴ്ച ഒരിക്കൽ പോലും മനസ്സിൽ നിനച്ചിരുന്നതല്ല. ജീവിതത്തിന്റെ ഒരു വീഥിയിൽവച്ചും ഒരു തുരുത്തിൽ വച്ചും അയാളെ കാണരുതെന്നേ ആഗ്രഹിച്ചിരുന്നുള്ളൂ. എന്തുകൊണ്ടെന്ന് അറിയില്ല, ആ കൂടിക്കാഴ്ചയിൽ ഹൃദയം വിതുമ്പിയിരുന്നോ ആവോ? ഞാൻ അന്ന് കല്ക്കട്ടയിൽനിന്ന് മടങ്ങുകയായിരുന്നു. ഏതൊക്കെയോ ദേശങ്ങളിലൂടെ പാഞ്ഞുകൊണ്ടിരുന്ന ട്രെയിനിലിരുന്ന് പുറംകാഴ്ചകളിലേക്ക് നോക്കി. കണ്ണെത്താ ദൂരത്തേക്ക് പരന്നുകിടക്കുന്ന ഒഴിഞ്ഞ പ്രദേശങ്ങൾ. അവിടെ നിന്നെല്ലാം വീശുന്ന നനുത്ത കാറ്റിന്റെ ലോല സ്പർശം. ഇടയ്ക്കിടെ മാഞ്ഞു മറഞ്ഞുപോകുന്ന ഒറ്റപ്പെട്ട മരങ്ങൾ. ആ മരങ്ങളിലൊക്കെ വിടർന്നുനില്ക്കുന്ന തീജ്വാലയുടെ നിറമുള്ള പൂക്കൾ. ഹൃദയം അപ്പോഴൊക്കെ ശാന്തം തന്നെയായിരുന്നു. ഒന്നിനെക്കുറിച്ചും ഓർക്കുന്നില്ല. കണ്ടു മറഞ്ഞുപോകുന്ന കാഴ്ചകളിലെ വിസ്മയങ്ങളിലേക്കല്ലാതെ മനസ്സ് ഒന്നിലും സഞ്ചരിച്ചതേയില്ല. ഏതൊക്കെയോ സ്റ്റേഷനുകളിൽ ട്രെയിൻ നിർത്തുകയോ ആരൊക്കെയോ ഇറങ്ങുകയോ ആരൊക്കെയോ കയറുകയോ ചെയ്തു. ആളൊഴിഞ്ഞ സ്റ്റേഷനുകളിലെ തിരക്കില്ലായ്മകളെയും ഇടയ്ക്ക് കണ്ടു. പുറം

കാഴ്ചകളിൽ നോക്കിയിരിക്കാത്തപ്പോഴെല്ലാം വായിക്കാതെ ബാഗിൽ തിരുകി വച്ചിരുന്ന ആനുകാലികങ്ങളെടുത്ത് കണ്ണോടിച്ചുക്കൊണ്ടിരുന്നു. അപ്പോഴും ഹൃദയം ശാന്തം തന്നെയായിരുന്നു. അറിയാതെപ്പോഴോ ഉറക്കത്തിലേക്ക് വഴുതി പോവുകയായിരുന്നു. കണ്ണു തുറന്നപ്പോൾ ഏതോ സ്റ്റേഷനിൽ വണ്ടി നിർത്തിയശേഷം പുറപ്പെടുന്നു. കമ്പാർട്ടുമെന്റിലൂടെ ആളുകൾ തിക്കിത്തിരക്കി കയറുകയോ ഇറങ്ങുകയോ ചെയ്തു. കൈയിൽനിന്ന് വഴുതി തറയിൽ വീണുകിടക്കുന്ന മാഗസിൻ കുനിഞ്ഞെടുത്തപ്പോഴാണ് എതിരെയിരിക്കുന്ന ഭദ്രന്റെ മുഖം യാദൃച്ഛികമായി കണ്ടത്. ഒരു നിമിഷം. ആ ഒരു നിമിഷം ഹൃദയത്തിലൂടെ തിരമാലകൾ ആഞ്ഞടിച്ചു കയറുകയായിരുന്നു. എല്ലാ തിരമാലകളിലൂടെയും ആയിരം നൊമ്പരങ്ങളുടെ വർണ്ണമില്ലാത്ത രേണുക്കൾ ഒഴുകി നടന്നു. തീർച്ചയായും അയാളുടെ ഹൃദയവും അപ്പോൾ അങ്ങനെ തന്നെയായിരിക്കുമെന്ന് അറിയാവുന്നതേയുള്ളൂ. കൂട്ടിമുട്ടിയ കണ്ണുകളിലൂടെ ആയിരം തീജ്വാലകൾ പ്രവഹിക്കുന്നുണ്ടായിരുന്നു. അടുത്ത നിമിഷം തന്നെ കണ്ണുകൾ പിൻവലിച്ച് പുറം കാഴ്ചകളിലേക്ക് നോക്കിയപ്പോൾ മുന്നിലൂടെ കടന്നുപൊയ്ക്കൊണ്ടിരുന്ന വഴിയോര കാഴ്ചകളിലേക്ക് മനസ്സ് പറന്നെത്തിയതേയില്ല. പാളങ്ങൾക്കു വശങ്ങളിൽ എവിടെയൊക്കെയോ അടഞ്ഞുകിടക്കുന്ന വീടുകളെയും അവയ്ക്കു മുന്നിലെ മൂകതയെയും കണ്ടു. ചിലയിടങ്ങളിൽ ഒഴിഞ്ഞ കളിപ്പറമ്പുകൾ കണ്ടപ്പോൾ മറ്റെവിടെയൊക്കെയോ കുട്ടികൾ ആർത്തുല്ലസിച്ച് പന്തോ ക്രിക്കറ്റോ കളിക്കുന്നതു കണ്ടു. വണ്ടി ഉൾഗ്രാമങ്ങളിലൂടെയൊക്കെ കടന്നു പോകുകയായിരുന്നു. കണ്ണുകൾക്കു മുന്നിലൂടെ മാഞ്ഞു മറഞ്ഞുകൊണ്ടിരുന്ന മുൾക്കാടുകളും, വളർന്നു തലയുയർത്തി നില്ക്കുന്ന പുൽച്ചെടികളും. സന്ധ്യാ വെളിച്ചത്തിന്റെ മാസ്മരികതയിൽ തെന്നിയടിച്ച കാറ്റിലൂടെ പുൽച്ചെടികൾ വശങ്ങളിലേക്ക് നൃത്തച്ചുവടുകൾ വയ്ക്കുന്നതു കണ്ടപ്പോൾ ഹൃദയത്തിൽ വരണ്ട കാറ്റുകളുടെ മർമ്മരം മാത്രമായിരുന്നു.

"ശകുന്തള എവിടെ പോയി വരുന്നതാണ്?" ഭദ്രന്റെ ശബ്ദം വിറയാർന്നതും ദൃഢതയില്ലാത്തതുമായിരുന്നു. താൻ എന്തിന് അയാൾക്കുനേരേ മുഖംതിരിക്കാതിരിക്കുന്നതെന്ന് അല്പം സങ്കോചത്തോടെ തന്നെ ഓർത്തു. അയാൾ തന്റെ ആരാണ്? താൻ അയാളുടെ ആരാണ്? ജീവിതത്തിന്റെ വഴിത്താരയിൽ ഒരു ഉടമ്പടിയും ചെയ്യാതെ ഒന്നിച്ച് രണ്ടു വർഷങ്ങൾ കഴിഞ്ഞവർ, ഒരു ഉടമ്പടിയും ചെയ്യാതെ ഹൃദയങ്ങളിലൂടെ രണ്ടു വർഷങ്ങളുടെ ഒരുമിച്ചുള്ള വാസത്തിനുശേഷം ഏതോ ഒരു പ്രഭാതത്തിൽ പരസ്പരം പറയാതെ തന്നെ രണ്ടു വഴിക്ക് പിരിഞ്ഞിറങ്ങിപ്പോയവർ. ആരാണ് ശരി. ആരാണ് തെറ്റ്. ശരിയുടെയും തെറ്റിന്റെയും അസ്ഥിത്വമെന്തായിരിക്കാം?. അറിയില്ല. അവിടെയും ആധിപത്യത്തിന്റെ

പ്രശ്നമുണ്ടായിരുന്നു. ആധിപത്യം എവിടെയും തലപൊക്കിയുയരുന്ന ആയിരം നാവുള്ള ഒരു കരിനാഗമാണെന്നു തോന്നി. ആശയങ്ങളുടെ ഉരസലുകൾക്കിടയിലൂടെ ഒന്നിച്ചു ചേർന്നുപോകാൻ കഴിയാത്ത ഒരു വേളയിലാവാം ആ തീരുമാനത്തിലേക്ക് സ്വയം അറിയാതെപോലും രണ്ടു പേരും വഴുതി വീണുപോയത്. ഒന്നിനോടും ഒരുടമ്പടിയില്ലാതിരുന്നതു കൊണ്ട്, വേർപിരിയൽ എത്ര അനായാസമായിരുന്നു. രണ്ടു വർഷങ്ങൾ ഒന്നിച്ചുതാമസിച്ച വീടിനോട് വിട ചൊല്ലിയിറങ്ങുമ്പോൾ തന്റെ മനസ്സ് തീർച്ചയായും വേദനിച്ചിരുന്നു. അത് ആർദ്രതയുടെ ഭാവം. ആ ഭാവം അയാൾക്കുണ്ടാകണമെന്നില്ല. അറിയാതെ മൗനങ്ങളിലൂടെ മനസ്സ് തേങ്ങിപ്പോയിട്ടുണ്ട്. കൈയിലൊന്നും കരുതിയിരുന്നില്ല. ഏതോ ഒരു പ്രഭാതത്തിന്റെ വേളയിൽ യാത്ര പറയാതെ പടിയിറങ്ങുമ്പോൾ ജീവിതത്തിന്റെ ഒരു തീരത്തുവച്ചും ഭദ്രനെ കണ്ടുമുട്ടരുതേയെന്ന് പ്രാർത്ഥിച്ചു. മനസ്സ് ഒരുപക്ഷേ, നിസ്സംഗമായി കഴിഞ്ഞിരിക്കണം. സ്നേഹത്തിന്റെ എത്രയെത്ര സന്ധ്യകൾ, എത്രയെത്ര പുലരികൾ, എത്ര ഊഷ്മള നിമിഷങ്ങൾ. അവയിലൂടെയെല്ലാം ആർത്തലച്ചു ജീവിച്ചപ്പോൾ മനസ്സ് പറഞ്ഞിരുന്നു. തീരുമാനങ്ങൾ എല്ലാം ശരി തന്നെയാണ്. പക്ഷേ, ഉരസലുകൾക്ക് മൂർച്ചയും വേഗതയും കൂടുതലായിരുന്നു. തന്റെ നേരെ ആധിപത്യത്തിന്റെ മിന്നുന്ന വാളുകൾ ഉണർന്ന് ഉയർന്നപ്പോൾ വേർപാട് തീർച്ചയായും അനിവാര്യം തന്നെയായിരുന്നു.

"ശകുന്തള എന്തേ മിണ്ടാത്തത്?" അയാളുടെ സ്വരത്തിന്റെ പതർച്ച ഒരിക്കലൂടെ കേട്ടു.

"ഞാൻ കൽക്കട്ടയിൽനിന്ന് മടങ്ങുകയാണ്. അവിടെ യൂണിവേഴ്സിറ്റിയിൽ ഒരു തീസീസ് അവതരിപ്പിക്കാൻ പോയിരുന്നതാണ്." ഉത്തരം പറയുമ്പോൾ അയാളിലെ മാറ്റങ്ങൾ അറിയാതെയെങ്കിലും ശ്രദ്ധിച്ചു പോയിരുന്നു. കവിളുകൾ കുറച്ചുകൂടി വീർത്തിരിക്കുന്നു. കണ്ണുകൾ ഇടുങ്ങിയും. കഷണ്ടി ബാധിച്ചു തുടങ്ങിയ തലയിലേക്ക് നരയും അതിക്രമിച്ചു തുടങ്ങിയിരിക്കുന്നു. അയാൾ എവിടെ നിന്ന് വരുന്നുവെന്ന്, എവിടേക്ക് പോകുന്നുവെന്ന് ചോദിക്കാനേ തോന്നിയില്ല. ഒരുപക്ഷേ, ഒരു സുഹൃത്തിനെപ്പോലെ ചോദിക്കാവുന്നതേയുള്ളൂ. പക്ഷേ, ഹൃദയം വിലക്കുകയായിരുന്നു. അയാൾ എങ്ങോട്ട് പോയാലെന്ത്, എവിടെ നിന്ന് വന്നാലെന്ത്. താൻ അത് എന്തിന് അന്വേഷിക്കണം?

തിരമാലകൾ ആഞ്ഞടിക്കുന്ന ഹൃദയത്തോടെ തന്നെ വീണ്ടും പുറം കാഴ്ചകളിലേക്ക് നോക്കുകയായിരുന്നു. സന്ധ്യ മാഞ്ഞുപോവുകയും രാത്രിയുടെ കുഞ്ഞു വെളിച്ചങ്ങൾ എവിടെയൊക്കെയോ കത്തിത്തുടങ്ങുകയും ചെയ്തിരിക്കുന്നു. ട്രെയിൻ ഏത് ഭാഗത്തുകൂടിയാണ് കടന്നുപോകുന്നതെന്ന് മനസ്സിലായില്ല. ഇരുൾ മൂടിയ പുറം ലോകത്തുനിന്ന് ഒരു കാഴ്ചയും അപ്പോൾ കണ്ടില്ല. ആഞ്ഞുപടരുന്ന അന്ധകാരത്തിലേ

ക്ക് കണ്ണ് നട്ടിരുന്നപ്പോൾ വണ്ടി ഏതൊക്കെയോ സ്റ്റേഷനുകൾ പിന്നിടുന്നുണ്ടായിരുന്നു. മനസ്സപ്പോൾ അഗാധതകളിലെവിടെയോ എന്തോ തേടുകയായിരുന്നു. ഉള്ളിലൂടെ നൊമ്പരങ്ങൾ ആളിപ്പടരുന്നുണ്ടായിരുന്നു. എത്ര എത്ര സമതലങ്ങൾ. എല്ലാ സമതലങ്ങളിലൂടെയും തലങ്ങും വിലങ്ങും മാഞ്ഞുമറയുന്ന അനേകം ചിത്രങ്ങൾ. മിഴികൾ എപ്പോഴോ അടഞ്ഞുപോയിരുന്നു. അടഞ്ഞ മിഴികൾക്കപ്പുറത്തുകൂടെ ഏതൊക്കെയോ തീരത്തിലൂടെ അന്തമില്ലാതെ അലയുകയായിരുന്നു. ഓർമ്മകളുടെയും ഓർമ്മതെറ്റുകളുടെയും ലോകത്ത് തികച്ചും ഏകയായിരുന്നു. വണ്ടി ഒരു കുലുക്കത്തോടെയാണ് എതോ സ്റ്റേഷനിൽനിന്നത്. ഞെട്ടലോടെ കണ്ണുതുറന്ന് മുന്നിലേക്ക് നോക്കുകയായിരുന്നു. ഭദ്രൻ എപ്പോഴോ ഏതോ സ്റ്റേഷനിൽ ഇറങ്ങിപ്പോയി കഴിഞ്ഞിരിക്കുന്നു. അയാളിരുന്ന സീറ്റിൽ ഏതോ ഒരു മദ്ധ്യവയസ്കൻ ഒരു കുട്ടിയേയും മടിയിൽ വച്ചിരിക്കുന്നതു കണ്ടു. ഹൃദയം അപ്പോൾ അല്പമെങ്കിലും തേങ്ങിപ്പോയിരുന്നോ? അറിയില്ല. പ്രൊഫ. ശകുന്തളാദേവി ഒരു ദീർഘനിശ്വാസത്തോടെ മുന്നിലെ ഡയറിയിലെ ശൂന്യതനിറഞ്ഞ പേജിലേക്ക് നോക്കുകയായിരുന്നു. എന്തുകൊണ്ട് തനിക്കൊന്നും കുറിച്ചു വയ്ക്കാനേ തോന്നിയില്ല. പരസ്പരം പിരിഞ്ഞിറങ്ങിപ്പോയ ദിവസത്തേയും ഡയറിയിൽ കുറിച്ചിട്ടില്ല. ഓർമ്മകളിൽ സൂക്ഷിച്ചുവയ്ക്കാൻ ഇഷ്ടമില്ലാത്ത ദിവസങ്ങളെ തീർച്ചയായും രേഖപ്പെടുത്തി വയ്ക്കേണ്ട കാര്യമേയില്ലെന്നുതോന്നി. പുറത്ത് പകലപ്പോൾ സജീവമായി തുടങ്ങിയിരുന്നു. പ്രൊഫ. ശകുന്തളാദേവിയുടെ നെറ്റിത്തടത്തിലൂടെ നനഞ്ഞ പ്രഭാതത്തിലും വിയർപ്പിന്റെ ചാലുകൾ ഒഴുകുന്നുണ്ടായിരുന്നു. സ്പീഡ് കൂട്ടിയിട്ട ഫാനിനു ചുവട്ടിൽ, കിടക്കയിൽ ഇരുന്നുകൊണ്ടു തന്നെ വൈകിട്ടത്തെ സെമിനാറിൽ സംസാരിക്കേണ്ട ആധിപത്യം എന്ന വിഷയത്തിലേക്ക് മനസ്സ് വീണ്ടും ചെന്നെത്തിയപ്പോൾ ഓർത്തു ഈ വിഷയത്തിൻമേൽ തനിക്കു എത്രത്തോളം സംസാരിക്കാൻ കഴിയും? നോട്ടീസിലുള്ള മറ്റു പേരുകളെ വെറുതെയെങ്കിലും ഓർത്തു. ഒന്നാമത് ചേർത്തിരിക്കുന്ന പേര് നഗരത്തിലെ ഒരു പേരുകേട്ട മനോരോഗ ഡോക്ടറുടെതാണ്. പല സാമൂഹിക വിഷയങ്ങളിലും അദ്ദേഹത്തിന്റെ അഭിപ്രായങ്ങൾ, ചിന്താഗതികൾ ഏറെ ശ്രദ്ധിക്കപ്പെടുന്നുണ്ടെന്നറിയാം. അടുത്ത പേര് ഒരു രാഷ്ട്രീയനേതാവിന്റെതാണ്. ആധിപത്യം പല രൂപത്തിലും ഭാവത്തിലും കടന്നുകയറിക്കൊണ്ടിരിക്കുന്ന ഒരു മേഖല രാഷ്ട്രീയരംഗമാവുമ്പോൾ തീർച്ചയായും അദ്ദേഹത്തിനും വിഷയത്തിൽ ഒരുപാട് സംസാരിക്കാൻ കഴിയും. പിന്നെ മൂന്നാമതായി ചേർത്തിരിക്കുന്ന തന്റെ പേരിന് താഴെ മറ്റൊരാളുടെ പേരു കൂടിയാണുള്ളത്. ഒരു മാധ്യമ പ്രവർത്തകന്റേത്. അദ്ദേഹത്തിനും തന്റേതായ വീക്ഷണങ്ങൾ ഒരുപാട് കാണും. പ്രൊഫ: ശകുന്തളാദേവിയുടെ ഹൃദയത്തിലൂടെയപ്പോൾ ആധിപത്യത്തിന്റെ വിവിധ ഭാവങ്ങളോ രൂപങ്ങളോ തെളിയുകയും അവർ ഒരിക്കലൂടെ ഡയ

റിയുടെ ശൂന്യമായ കടലാസുകളിലേക്ക് അറിയാതെ മിഴിനട്ടിരിക്കുകയും ചെയ്തു. അപ്പോഴും ചുണ്ടുകൾ മന്ത്രിച്ചുകൊണ്ടിരുന്നു, തീർച്ചയായും ആധിപത്യം അംഗീകരിച്ചു കൊടുക്കാനാവില്ല. ആർക്കും ആരുടെ മേലും ആധിപത്യം സ്ഥാപിക്കാൻ അവകാശമില്ല. ഈ ഭൂമിയിലെ ഓരോ ജീവനും തുല്യ അവകാശവും നീതിയുമാണുള്ളത്. അപ്പോൾ താനും വിഷയത്തെക്കുറിച്ച് തീർച്ചയായും സംസാരിക്കും. അവർ അപ്പോൾ ഹൃദയത്തിൽനിന്ന് അറിയാതുയർന്ന ഒരു നെടുവീർപ്പോടെ എഴുന്നേല്ക്കുകയും പടിഞ്ഞാറു വശത്തേക്ക് തുറക്കുന്ന ജനാല തുറന്ന് പുറത്തെ പകലിലേക്ക് നോക്കി നില്ക്കുകയും ചെയ്തു. അപ്പോഴും ഒരു ഒറ്റപ്പെട്ട പക്ഷി അകലങ്ങളിലേക്ക് പറക്കുന്നുണ്ടായിരുന്നു, എവിടേക്കെന്നില്ലാതെ–

ഗൗതമിപശുവും പിന്നെ ഷെരീഫും

നസീറായുടെ ഗൗതമിപശുവിന് പ്രസവവേദന തുടങ്ങിയപ്പോൾ കറവക്കാരൻ ഷെരീഫ് തോട്ടുവക്കത്തിരുന്ന്, കലങ്ങിയ ചേറുവെള്ളത്തിലെ പരൽമീനുകളെ തോർത്തുമുണ്ട് വലയാക്കി വിരിച്ച് പിടിച്ച്, തോട്ടുവക്കത്തുണ്ടാക്കിയ ചെറിയകുഴിയിലെ വെള്ളത്തിലേക്ക് പെറുക്കിയിടുകയായിരുന്നു. മിന്നിമറയുന്ന പരൽമീനുകളെ കാണുമ്പോഴും അവയെ തോർത്തു വലയിലാക്കുമ്പോഴും ഷെരീഫിലൂടെ അറിയാത്തൊരു ഹർഷോന്മാദം പതഞ്ഞുപൊന്തുമായിരുന്നു. ഉച്ചസൂര്യന്റെ കിരണങ്ങളേറ്റ് വാടിത്തളർന്ന പച്ചിലകൾക്കുമുകളിലൂടെ അപ്പോൾ പകലിന്റെ ആത്മനൊമ്പരങ്ങളായിരുന്നു പടർന്നൊഴുകിയത്. ഷെരീഫിന്റെ എല്ലാ ദിവസത്തേയും ഉച്ചയ്ക്കുശേഷമുള്ള മൂന്നരമണിവരെയുള്ള ഇടനേരവിനോദമായിരുന്നു, ചേറിലെ പരൽമീനുകളെ തോർത്തുവിരിച്ചു പിടിക്കുന്നതും, പിന്നീട് അവയെ ചെറിയ കുഴിയിൽ ശേഖരിച്ചശേഷം കുപ്പിയിലാക്കി വീട്ടിലേക്ക് പോകുന്നതും. ആ ഒരു മീൻപിടിത്തംകൊണ്ട് ഷെരീഫിനോ, ഷെരീഫിന്റെ വീട്ടിൽ ഒറ്റയ്ക്കിരിക്കുന്ന ഉമ്മയ്ക്കോ, അതുമല്ലെങ്കിൽ നാട്ടുകാർക്കോ യാതൊരുവിധ പ്രയോജനവും ഉണ്ടായിരുന്നില്ല. ഷെരീഫിന്റെ കണ്ണുകൾ തിളങ്ങുന്നതും വികസിച്ചുതുടങ്ങുന്നതും കൊച്ചുകൊച്ചു മീനുകളെ കാണുമ്പോഴും അവയെ കൂട്ടത്തോടെ ശേഖരിക്കുമ്പോഴുമാണ്. ഒരുപാട് മീനിനെ ഒന്നിച്ച് കുപ്പിയിലാക്കി മാസങ്ങളോളം ഷെരീഫ് വീട്ടിൽ വളർത്തുകയും പിന്നീട് ഏതെങ്കിലുമൊരു ദിവസം ആരും തന്നെ അറിയാതെ അവയെ തോട്ടിൽത്തന്നെ തിരികെ വിടുകയും ചെയ്തിരുന്നു. ഇതുമൂലം ഷെരീഫിനുണ്ടാകുന്ന ഗൂഢസന്തോഷം എന്താണെന്ന് അയാൾക്കോ, സാക്ഷാൽ പടച്ചോനുപോലുമോ അറിയില്ലായിരുന്നു.

അങ്ങനെ നോക്കുമ്പോഴാണ് സന്തോഷം എന്ന വാക്കിന്റെ അർത്ഥത്തെപ്പറ്റി ജനം വല്ലാതെ ശങ്കിച്ചു പോകുന്നത്.

"ഈ പഹയനെന്താ വട്ടുണ്ടോ?! തോട്ടുവക്കത്തിരുന്ന് വെറുതെ സമയം കളയാൻ" ജനം പലപ്പോഴും പലരോടും പരസ്പരം പറഞ്ഞു. സത്യത്തിൽ ഷെരീഫ് സമയം വെറുതെ കളയുകയായിരുന്നില്ലല്ലോ. കറവ കഴിഞ്ഞുള്ള ഇടവേളകളിലല്ലേ തോട്ടുവക്കിലേക്ക് പോകുന്നതും കൊച്ചുകൊച്ചു പരൽമീനുകളെ സ്വന്തമാക്കുന്നതും.

ഷെരീഫിന്റെ ഉച്ചയ്ക്കുശേഷമുള്ള മീൻപിടുത്തം ഏകദേശം മൂന്നുമണിവരെയേ നീളുകയുള്ളൂ. അതിനുശേഷമൊരു നെട്ടോട്ടമാണ്. തെക്കുനിന്ന് വടക്കോട്ടും, കിഴക്കുനിന്ന് പടിഞ്ഞാറോട്ടും, പടിഞ്ഞാറുനിന്ന് വീണ്ടും പടിഞ്ഞാറോട്ടുമുള്ള വീടുകളിലേക്ക്. പശുവുള്ള എല്ലാ വീടുകളിലും അപ്പോൾ വാതിലുകളും ജനാലകളും തുറന്നിട്ട് ഷെരീഫിന് വേണ്ടി കാത്തിരിക്കുകയാവും. പ്രഭാതത്തിലെ കറവയ്ക്കും നിശ്ചിത സമയമുണ്ടായിരുന്നു. രാവിലെ ഏകദേശം നാലുമണിക്ക് വീട്ടിൽനിന്ന് ടോർച്ചുവെട്ടവും തെളിച്ചിറങ്ങുന്ന ഷെരീഫ് തിരിച്ച് വീട്ടിലെത്തുന്നത് ഏകദേശം എട്ടുമണിക്കുശേഷമാണ്. അത്രനേരവും ഷെരീഫിന്റെ കാലുകളും കൈകളും മനസ്സുമെല്ലാം പശുക്കളുടെ അകിടിൽത്തന്നെയായിരിക്കും. നിറയെ പാലു വിങ്ങിനിന്ന് തുടുത്ത പശുവിന്റെ അകിടുകളെ കാണുമ്പോൾ ഷെരീഫിന്റെ ഹൃദയവും കരളുമെല്ലാം അതുപോലെ തുടുത്തുണരും. പാലുകറക്കാനുള്ള പാത്രങ്ങൾ കഴുകിവെടിപ്പാക്കുന്നതും ഷെരീഫിന്റെ തന്നെ ഉത്തരവാദിത്വമായിട്ടേ അയാൾക്ക് തോന്നിയിട്ടുള്ളൂ. അതുകൊണ്ടുതന്നെ വീടുകളിൽ എത്തിയാൽ ആദ്യംതന്നെ കറവപാത്രമെടുത്ത് അയാൾ പലപ്രാവശ്യം തേച്ചുകഴുകും. തേച്ചുമിനുക്കിയ പാത്രങ്ങളിലേക്ക് വെള്ളസൂചികൾപോലെ അകിടിൽനിന്ന് പാല് വന്ന് പതിക്കുന്നതു കാണുമ്പോൾ ഷെരീഫിന് എന്തെന്നില്ലാത്ത ആഹ്ലാദമാണ്. ഒടുവിൽ പാൽപ്പാത്രം നിറഞ്ഞ് മുകളിൽ വെള്ളപ്പത വന്നു നിറയുമ്പോൾ, അത് ഭദ്രമായി വീടിനകത്ത് കൊണ്ടുവെച്ചിട്ടേ അടുത്തവീട്ടിലേക്ക് കറവയ്ക്ക് പോകാറുള്ളൂ. ഒരുപക്ഷേ, ആദ്യമാദ്യം കയറുന്ന വീടുകളിലെ വീട്ടുകാരൊന്നും ഉണർന്നില്ലെങ്കിൽക്കൂടി അത് ഷെരീഫിനെ ബാധിക്കാറേയില്ല. അവർ ഷെരീഷിനുവേണ്ടി കതകുകൾ തുറന്നിട്ട ശേഷമാവും വീണ്ടും ഉറക്കത്തിലേക്ക് വീഴുന്നത്. അപ്പോഴും വീടുകളിൽനിന്ന് വീടുകളിലേക്കും തൊഴുത്തുകളിൽനിന്ന് തൊഴുത്തുകളിലേക്ക് ഷെരീഫിന്റെ പഴയ സൈക്കിളിന്റെ ചക്രങ്ങൾ ഉരുണ്ടുകൊണ്ടേയിരിക്കും.

ഏകദേശം എട്ടുമണിയോടെ വീട്ടിൽവന്ന് കയറുന്ന ഷെരീഫിന് ഉച്ചയ്ക്കുശേഷം മൂന്നുമണിവരെ ദീർഘമായ ഇടവേള തന്നെയാണ്. ആ ഇടവേളയിലാണ് പരൽമീൻപിടുത്തത്തിൽ അയാൾ ആഹ്ലാദപൂർവ്വം കുപ്പ് കുത്തുന്നത്. പരൽമീനുകളുമായി സല്ലപിച്ചു നടക്കുമ്പോഴും അവയുടെ ഹൃദയങ്ങളിലേക്ക് ഉറ്റുനോക്കി ഒരുപാട് സമകാലിക വിഷയങ്ങളെക്കുറിച്ച് സംവദിക്കുമ്പോഴും ഷെരീഫിന്റെ തലച്ചോറിലൂടെയും രക്തധമനി

കളിലൂടെയും പശുപ്രണയങ്ങൾ ഒന്നിനുപുറകെ ഒന്നായി കടന്നുപൊയ്ക്കൊണ്ടിരിക്കും. അപ്പോഴെല്ലാം അയാൾ പശുക്കളുടെ തുടുത്ത അകിടുകളെ കണ്ടു, ആ അകിടുകളിൽ തിങ്ങിവിങ്ങി നില്ക്കുന്ന ധവളവിപ്ലവത്തെ കണ്ടു. ആ വിപ്ലവത്തിലൂടെ കൊഴുത്തുതഴയ്ക്കുന്ന മാസ്മരികപ്രപഞ്ചത്തെയും കണ്ടു. ആ പ്രപഞ്ചത്തിലൂടെ തെന്നി നീങ്ങിക്കൊണ്ടിരിക്കുന്ന പശുക്കുഞ്ഞുങ്ങളുടെ ഓമനത്തം തുളുമ്പുന്ന മുഖങ്ങളും കണ്ടു. മീൻക്കുഞ്ഞുങ്ങൾ പലപ്പോഴും കണ്ണുമിഴിച്ച്, കാത് കൂർപ്പിച്ച് ഷെരീഫിന്റെ പശുക്കഥകളും പശുപ്രേമങ്ങളും കേട്ടു. ആ കഥകളിലുടെയെല്ലാം ഒരുപാട് പശുക്കൾ ഒന്നിനുപിറകെ ഒന്നായി ഷെരീഫിന്റെ കരളിലൂടെ കടന്നുപൊയ്ക്കൊണ്ടിരുന്നു. വെളുപ്പിന് മൂന്നുമണിക്ക്, ഒരലാറത്തിന്റെ മുഴക്കവുമില്ലാതെ, ഉമ്മ തട്ടിയുണർത്താതെ കിടക്കവിട്ട് ചാടിയെഴുന്നേല്ക്കുന്ന അയാളുടെ മുന്നിലപ്പോൾ അനന്തകൃഷ്ണൻ നായരുടെയും ആമിനയുമ്മയുടെയും മത്തായി സാറിന്റെയുമൊക്കെ പശുക്കൾ ഒരുപോലെ മുന്നിൽവന്ന് നില്ക്കുകയും ഹൃദയംകൊണ്ട് അവ തങ്ങളുടെ ചുരത്തിനില്ക്കുന്ന അകിടുകളിലേക്ക് ഷെരീഫിനെ മൃദുവായി ക്ഷണിക്കുകയും ചെയ്തു. ഉണർന്നാൽ പ്രഭാതകൃത്യങ്ങളെല്ലാം ഞൊടിയിടയിലാണ് ഷെരീഫ് ചെയ്തുതീർക്കുന്നത്.

ഉറക്കച്ചടവോടെ എഴുന്നേറ്റ് താൻ ഇട്ടുകൊടുക്കുന്ന കട്ടൻകാപ്പിയും കുടിച്ച്, ടോർച്ചും തെളിയിച്ചുകൊണ്ട് പഴകിയ സൈക്കിളുമായി പടിയിറങ്ങുന്ന ഷെരീഫിന്റെ നിഴൽവെട്ടം ഇരുളിലൂടെ മാഞ്ഞുപോയതിനുശേഷമേ ഉമ്മ വീണ്ടും കിടക്കയിലേക്ക് വന്നു വീഴാറുള്ളൂ. പിന്നെയാണ് സത്യത്തിൽ ഉമ്മയുടെ യഥാർത്ഥ ഉറക്കം ആരംഭിക്കുന്നതും ഒരുപാട് ഒരുപാട് സ്വപ്നങ്ങളിലേക്ക് അവർ വഴുതി വീഴുന്നതും. ആ സ്വപ്നങ്ങളിലെല്ലാം പലപ്പോഴും നിറഞ്ഞിരുന്നത് പലരൂപത്തിലും ഭാവത്തിലുമുള്ള ഷെരീഫും അയാൾ കറക്കാൻപോകുന്ന പശുക്കളുമായിരുന്നു. ഇരുട്ടിനെ കീറിമുറിച്ച ചെറിയ വെട്ടവുമായി മകന്റെ പഴകിയ സൈക്കിൾ പശുക്കളുടെ വീടുകളിൽനിന്ന് വീടുകളിലേക്ക് പ്രയാണം ചെയ്തുകൊണ്ടിരിക്കുന്നത് എല്ലാ ഉറക്കത്തിലും അവർ കണ്ടു. മകൻ കറക്കുന്ന പാൽപ്പതകൊണ്ട് ഇടുങ്ങിയ തെരുവുകൾ നിറയുന്നതും ആ പാൽപ്പതയിലൂടെ ചിരിക്കുന്ന മുഖവുമായി ഷെരീഫ് പ്രപഞ്ചം മുട്ടെ വളർന്നുനില്ക്കുന്നതും കണ്ട് അവർ ഉറക്കത്തിൽപ്പോലും ഹൃദയം തുറന്ന് ചിരിച്ചു. പക്ഷേ, എപ്പോഴോ മുതൽ അവർ വെളുപ്പാൻ കാലങ്ങളിൽ കാണുന്ന സ്വപ്നങ്ങളിലേക്ക് പശുക്കളുടെ മുഖം ക്രുദ്ധമാവാൻ തുടങ്ങുകയും അവയുടെ കലികൊണ്ട കൂർത്തക്കൊമ്പുകൾ ഷെരീഫിന്റെ മാറിടം കീറിമുറിക്കാനായി പാഞ്ഞടുക്കുന്നതായി തോന്നുകയും ചെയ്തു. ആ സ്വപ്നങ്ങളുടെ അന്ത്യങ്ങളിലെല്ലാം അവർ ആഞ്ഞുനിലവിളിക്കുകയും വിയർത്തൊഴുകുന്ന മുഖത്തോടെ, താളം തെറ്റിമിടിക്കുന്ന ഹൃദയത്തോടെ മരക്കട്ടിലിൽനിന്ന് ചാടിയെഴുന്നേല്ക്കുകയും ചെയ്തു. അവരുടെ മുന്നിലപ്പോൾ പശുക്കൾ പാല് ചുരത്തുന്നുണ്ടായിരുന്നില്ല. മുലപ്പാൽ വറ്റിപ്പോയ വന്ധീ

കരിക്കപ്പെട്ട പശുക്കളുടെ കൂട്ടങ്ങൾ പിന്നാലെ പാഞ്ഞുവരുന്നതുകണ്ട് തന്റെ മകന്റെ ചുണ്ടിൽനിന്ന് എപ്പോഴോ പാൽപ്പതകൾ മാഞ്ഞുപോകാൻ തുടങ്ങുന്നതും പ്രപഞ്ചത്തിലൂടെ വളർന്നുവളർന്നു നിന്നിരുന്ന മകൻ ഒരു നിമിഷംകൊണ്ട് കീറിമുറിക്കപ്പെട്ട ഹൃദയത്തോടെ കൊടും അന്ധകാരത്തിലേക്ക് ആഞ്ഞുപതിക്കുന്നതും അവർ കണ്ടു. തന്റെ ഓരോ എല്ലിൻകഷണവും ഞെങ്ങിഞെരുങ്ങി വേദനിക്കുകയും അറിയാത്തൊരു കയ്പ്നീർ ശരീരത്തിന്റെ എല്ലാഭാഗങ്ങളിലുടെയും അനസ്യൂതം ഒഴുകി പരക്കാൻ തുടങ്ങുകയും ചെയ്യുമ്പോൾ റംലത്ത് എന്ന ഷെരീഫിന്റെ ഉമ്മയ്ക്കു മുന്നിൽ പ്രഭാതങ്ങൾ നിറം കെട്ട് ഉണരുകയായിരുന്നു. ആഞ്ഞുകുത്താൻ വരുന്ന പശുക്കളുടെ കുളമ്പടി ശബ്ദം കേട്ട്, ഓടിയൊളിക്കാൻ ഒരിടംകിട്ടാത്ത അന്തരീക്ഷത്തിലൂടെ അലയുന്ന മകൻ ഉമ്മയുടെ സ്വപ്നത്തിലൂടെ നിറഞ്ഞപ്പോഴെല്ലാം കാലത്തിന് നിറം മങ്ങുകയായിരുന്നു. അപ്പോഴും ഷെരീഫ് തണുത്ത വെളുപ്പാൻകാലത്തിന്റെ ഈറൻതുടിപ്പിലൂടെ ചുണ്ടിലൊരു മൂളിപ്പാട്ടിന്റെ ഈരടികളോടെ, പശുക്കളുള്ള എല്ലാ വീടുകളുടെയും മുന്നിൽ സൈക്കിൾ ബെല്ലടിയോടെ നിർത്തുകയും, തുറക്കപ്പെടുന്ന ഗേറ്റുകൾക്കുള്ളിലൂടെ, തൊഴുത്തുകളിൽ അകിടുനിറഞ്ഞു നില്ക്കുന്ന പശുക്കളുടെ അരികിലേക്ക് ഹൃദയം തുളുമ്പുന്ന സ്നേഹത്തോടെ, തേച്ചുമിനുക്കിയ പാത്രങ്ങളുമായി പാൽകറക്കാൻ ചെല്ലുകയും ചെയ്തു. അപ്പോഴൊന്നും ഒരിക്കൽപ്പോലും ഷെരീഫ് റംലത്ത് എന്ന ഉമ്മയുടെ പ്രവചിക്കപ്പെടുന്ന സ്വപ്നങ്ങളെക്കുറിച്ച് അറിയുകയോ, ആ സ്വപ്നങ്ങൾ സൃഷ്ടിക്കുന്ന തീച്ചൂളയിൽ കിടന്നു പിടയുന്ന സ്വന്തം ഉമ്മയുടെ മുഖം മനഃപൂർവ്വമല്ലാതെ ഓർക്കുകയോ ചെയ്തില്ല.

പശുക്കുളമ്പടി ശബ്ദങ്ങളിലൂടെ, തുള്ളിത്തുളുമ്പുന്ന അകിടുകളുടെ മാസ്മരിക ശബ്ദങ്ങളിലൂടെ, മത്സ്യക്കുഞ്ഞുങ്ങളുടെ മാന്ത്രിക ചിറകുകളിലൂടെ, ആ ചിറകുകളിലൂടെ മുളയ്ക്കുന്ന പേരറിയാത്ത ആഹ്ലാദങ്ങളിലൂടെ കാലങ്ങൾ ഷെരീഫിലൂടെയും ഷെരീഫ് കാലങ്ങളിലൂടെയും പെയ്തൊഴുകിക്കൊണ്ടിരുന്ന ഒരു മദ്ധ്യാഹ്ന ചൂടിന്റെ ആലസ്യത്തിലാണ് നസീറായുടെ ഗൗതമി പശുവിന്റെ പ്രസവവേദനയുടെ ഒടുങ്ങാത്ത രോദനം ഷെരീഫിന്റെ കാതുകളിലേക്കെത്തുന്നത്. അയാൾ അപ്പോൾ, മീൻപിടിച്ചുകൊണ്ടിരുന്ന തോർത്തുമുണ്ടിന്റെ വല അതിലെ കുഞ്ഞുമത്സ്യങ്ങളോടെ തന്നെ കരയിലെ ചരൽ മണ്ണിൽ ഉപേക്ഷിക്കുകയും നസീറായുടെ ഗൗതമി പശുവിന്റെ അരികിലേക്ക് ഓടികിതച്ചെത്തുകയും ചെയ്തു. ഓടികിതച്ചെത്തിയ ഷെരീഫിന്റെ മുന്നിലപ്പോൾ തെളിഞ്ഞുകണ്ടത് ഗൗതമി പശുവിന്റെ പ്രാണൻ കളയുന്ന വേദനതുടിക്കുന്ന ദൈന്യതയുടെ മുഖവും, ലോകത്തിന്റെ സർവ്വദുഃഖങ്ങളും ഉറഞ്ഞുകൂടിയമാതിരി, മുന്നിലേക്ക് നിലവിളിയോടെ നീണ്ട രണ്ടു കണ്ണുകളുമായിരുന്നു. നസീറായുടെ പിഞ്ചുമക്കളും അപ്പോൾ തൊഴുത്തിനരികിൽത്തന്നെ ഇരുന്ന് അള്ളായോട് പ്രാർത്ഥിക്കുകയായിരുന്നു. ഇടയ്ക്കെപ്പഴോ ആരോ, കവലയിൽ മുറുക്കാൻകട നടത്തുന്ന നസീറായുടെ ഭർത്താവ് മജീദിനെ

ഫോണിൽ വിളിച്ച് വിവരം കൈമാറുകയും ചെയ്തിരുന്നു. വേദനയും പ്രതീക്ഷയും ഒരുപോലെ മുറ്റിനില്ക്കുന്ന ആ അന്തരീക്ഷത്തിലേക്കായിരുന്നു, തന്റെ മീൻ കുഞ്ഞുങ്ങളെയും അനാഥമാക്കിക്കൊണ്ട്, ഷെരീഫ് കിതപ്പോടെ വന്നുനിന്നത്. തോട്ടുവക്കത്ത് ഇരിക്കുമ്പോൾ തന്നെ ഗൗതമി പശുവിന്റെ സാധാരണമല്ലാത്ത വേദനയുടെ കരച്ചിൽ ഷെരീഫിന്റെ കാതുകളിൽ എത്തിയിരുന്നു. അല്ലെങ്കിൽത്തന്നെ ഷെരീഫിന്റെ ഹൃദയത്തിൽ മിന്നിയും തിളങ്ങിയും ഗൗതമി പശുവിന്റെ മുഖം എപ്പോഴുമുണ്ടായിരുന്നു. ഗർഭിണിയായി രണ്ടാഴ്ച മുൻപുവരെയും ഗൗതമി, ഷെരീഫിന്റെ മുൻപിൽ അനുസരണയോടെ അകിടുചുരത്തി വിനയംകൊണ്ട് ശിരസ്സ് നമിച്ചു നില്ക്കുമായിരുന്നു. വറ്റിത്തുടങ്ങുന്ന കറവയുടെ കൊഴുത്ത പാൽത്തുള്ളികൾ പാത്രത്തിൽ തിങ്ങിനിറയുമ്പോൾ, ഷെരീഫ് അറിയാതെയെങ്കിലും ഗൗതമിയെ സ്നേഹപൂർവ്വം കടാക്ഷിക്കുകയും തിരുനെറ്റിയിൽ മൃദുവായി തലോടുകയും ചെയ്തിട്ടുണ്ട്.

കറവയ്ക്ക് പോകാതിരുന്നപ്പോഴും, തന്റെ ഹൃദയത്തിന്റെ വാതിലുകളിൽ പലപ്പോഴും സ്നേഹത്തിന്റെ മുഖത്തോടെ ഗൗതമി വന്നു നില്ക്കുന്നതായും താനാ സ്നേഹപ്പുഴയിലൂടെ നീന്തിതുടിക്കുന്നതായും ഷെരീഫിന് തോന്നിയിട്ടുണ്ട്. ആ ഗൗതമി പശുവാണ് ഇപ്പോൾ പ്രാണൻ പോകുന്ന വെപ്രാളത്തിൽ തന്റെ മുന്നിൽനിന്ന് നിലവിളിക്കുന്നതെന്ന് കണ്ടപ്പോൾ ഷെരീഫ് അറിയാതെയെങ്കിലും അള്ളായോട് രണ്ടു കൈകളും മുകളിലേക്കുയർത്തി പ്രാർത്ഥിക്കുകയായിരുന്നു.

“എന്റെ പടച്ചോനെ, നീയെന്റെ ഗൗതമിയെ കാത്തോളണെ. അവൾക്കും അവളുടെ കുഞ്ഞിനും ഒരാപത്തും വരുത്തരുതേ. ഞാനാ നേർച്ചപ്പള്ളിയിൽ കുന്തിരിക്കം കത്തിച്ച് പ്രാർത്ഥിച്ചു കൊള്ളാമേ.”

ഒരുപക്ഷേ, ഷെരീഫിന്റെ ഹൃദയംപൊട്ടുന്ന വിലാപം (അതൊരു പക്ഷേ, പശുവിന്റെ ഉടമ നസീറായ്ക്കും ഭർത്താവ് മജീദിനും ഉള്ളതിനപ്പുറവുമായിരുന്നിരിക്കണം. കേവലം ലാഭനഷ്ടത്തിന്റെ കണക്കിലല്ലല്ലോ, പശുവും കറവക്കാരനും തമ്മിലുള്ള ബന്ധം) സാക്ഷാൽ പടച്ചോന്റെ ഹൃദയത്തിന്റെ ആഴങ്ങളിലേക്ക് ഇറങ്ങിച്ചെന്നിരിക്കുകയും, അവിടെയൊരു കരുണയുടെ വിപ്ലവംതന്നെ നടക്കുകയും ചെയ്തിരിക്കണം. അതുകൊണ്ടുതന്നെയാവാനേ ഇടയുള്ളുവെന്നാണ് ഷെരീഫിന്റെ ഉമ്മ റംലത്തും ഗൗതമിയുടെ ഉടമ നസീറായും കരുതാൻ തുടങ്ങിയതും. ഏറെ നേരം ആകാശത്തേക്ക് നോക്കി, പടച്ചോനെ മുന്നിൽക്കണ്ട് ഷെരീഫ് പ്രാർത്ഥിച്ചതെല്ലാം ഏതു ദൈവത്തിന്റെ ഹൃദയത്തിലും കരുണയുടെ വിപ്ലവം തന്നെ സൃഷ്ടിക്കാൻ പ്രാപ്തമായിരിക്കണം. അതുകൊണ്ട് തന്നെയാവണം അലറിക്കരഞ്ഞുനിന്നിരുന്ന ഗൗതമി പശുവിൽനിന്ന് ആരോ പിടിച്ചു നിർത്തിയതുപോലെ, ആത്മാവിനെ കീറിമുറിക്കുന്ന രോദനം നിലച്ചതും ഒരു പൂമൊട്ടുവിടരുന്ന മനോഹാരിതയോടെ ഗൗതമി തന്റെ അരുമക്കുഞ്ഞിനെ പ്രസവിച്ചതും. ആ മുഖം കണ്ടപ്പോൾ ആഹ്ലാദംകൊണ്ട് തുള്ളിച്ചാടാൻ തുടങ്ങിയ ഷെരീഫ് തോട്ടിറമ്പുകളിലൂടെ പുത്തുലഞ്ഞ്

ഓടുകയായിരുന്നു. ആ ഓട്ടത്തിനിടയിലെല്ലാം അയാളുടെ മുന്നിൽ ഗൗതമി പശുവിന്റെ സ്നേഹക്കണ്ണുകളും, ഗൗതമിയുടെ അരുമക്കുഞ്ഞിന്റെ ചോരത്തുടിപ്പിന്റെ മുഖവും ഉണ്ടായിരുന്നു. അപ്പോഴും പകലുറക്കത്തിൽപ്പോലും റംലത്ത് ഉമ്മായുടെ സ്വപ്നങ്ങളിൽ ആയിരം പശുക്കൾ ഒന്നിച്ചമറാൻ തുടങ്ങുകയും അവയെല്ലാം ഷെരീഫ് എന്ന കറവക്കാരന്റെ പിന്നാലെ കൊമ്പുകുലുക്കി പാഞ്ഞടുക്കാൻ തുടങ്ങുകയും ചെയ്യുന്നുണ്ടായിരുന്നു. പക്ഷേ, ഷെരീഫിൽ അപ്പോഴും മത്സ്യക്കുഞ്ഞുങ്ങളുടെ മാന്ത്രികക്കണ്ണുകളും ഒരായിരം പശുക്കളുടെ ഒടുങ്ങാത്ത സ്നേഹനിലാവിന്റെ പെയ്തൊഴുക്കുമായിരുന്നു.

പ്രളയാനന്തരമൊരു പ്രണയം

ആർക്കും ആരുടെ കൂടെയും ഒളിച്ചോടിപ്പോകാം. അതൊരു വിപ്ലവാത്മകമായ പ്രവർത്തിയാണെന്ന് തന്നോടുതന്നെ പറഞ്ഞു ബോധിപ്പിച്ചുകൊണ്ടാണ് സുകന്യ എന്ന പതിനെട്ടുകാരി ഇരുപത്തൊന്നുകാരൻ സുമേഷിനൊപ്പം ഒരു രാത്രിയിൽ ആരോരുമറിയാതെ ഒളിച്ചോടിക്കളഞ്ഞത്. സത്യത്തിൽ അതൊരു വിപ്ലവ പ്രവർത്തിയാണോയെന്നൊന്നും സുമേഷ് ചിന്തിച്ചതുമില്ല. ആ ഇരുപത്തിയൊന്നുകാരന് സുകന്യയെ ഇഷ്ടമായിരുന്നെന്നുള്ളത് സത്യമാണെങ്കിലും ഇത്രപെട്ടെന്ന് ഇതുപോലൊരു എടുത്തുചാട്ടം വേണമെന്ന് അയാൾ സ്വപ്നേപി ചിന്തിച്ചില്ല. പക്ഷേ, സംഭവിച്ചത് അങ്ങനെയാണ്. വിപ്ലവമാണേലും അല്ലേലും. കണ്ണിൽ കുത്തിയാൽ അറിയാത്ത ഇരുട്ടുള്ള ഒരു രാത്രിയിൽ പൊന്തവാഴമറവുകൾക്കിടയിലൂടെ തോളിൽ ഒരു സഞ്ചിമാത്രം തൂക്കി രണ്ട് നിഴലുകൾ നടന്നുപോയിരുന്നത് സുമേഷും സുകന്യയുമാണെന്നുള്ളത് ഒരു പൊന്തവാഴയും തിരിച്ചറിഞ്ഞില്ല. പൊന്തവാഴകൾ അങ്ങനെയാണ്. വെറുതെയങ്ങ് കുലച്ചുനില്ക്കും. പക്ഷേ, ഒന്നിനെപ്പറ്റിയും ചിന്തിക്കില്ല. ചിന്തിക്കാനറിയാത്ത ഒരുപാടു മരങ്ങളും അവർ നീങ്ങിക്കൊണ്ടിരുന്ന വഴിയരികിലെവിടെയൊക്കെയോ പൂത്തും കായ്ച്ചും നില്പുണ്ടായിരുന്നു. അവരും ഇരുളിലൂടെ നിങ്ങുന്ന രണ്ടു രൂപങ്ങളെപ്പറ്റി ചിന്തിച്ചതേയില്ല. പുഴയിലെ ഇരുളിലൂടെ ഊളിയിട്ടുക്കൊണ്ടിരുന്ന കൊച്ചു പരൽമീനുകൾക്കും ഒന്നുമറിയില്ലായിരുന്നു. ഉദിക്കാൻ നിലാവു വൈകുന്നല്ലോ എന്നുമാത്രമാണവർ ചിന്തിച്ചത്. വഴിയരികുകളിൽ ഒരാൾപ്പൊക്കത്തിൽ വളർന്നുനിന്നിരുന്ന പുൽച്ചെടികളും ഇരുളിലെ കാറ്റിൽ വല്ലാതെ ആടിയുലഞ്ഞതല്ലാതെ മറ്റൊന്നും ചിന്തിച്ചില്ല.

നിറഞ്ഞ ഇരുളിലൂടെ, ആ ഇരുളിന്റെ ഗുഹയിൽനിന്ന് എപ്പോഴൊക്കെയോ ഉയർന്നുകേൾക്കുന്ന ചീവീടുകളുടെ ശബ്ദത്തിലൂടെ സുമേഷും സുകന്യയും എങ്ങോട്ടെന്നില്ലാതെ നീങ്ങിക്കൊണ്ടേയിരുന്നു. വലിയ ഭാരമില്ലാത്ത രണ്ടു തോൾസഞ്ചികളല്ലാതെ മറ്റൊരു ഭാരവും അവർക്കപ്പോൾ ഇല്ലായിരുന്നു. അവരപ്പോൾ ഒന്നിനെപ്പറ്റിയും ചിന്തിക്കുന്നുണ്ടായിരുന്നില്ല. നീങ്ങിക്കൊണ്ടിരുന്ന ഇരുൾനിറഞ്ഞ വഴികൾമാത്രമേ അവർക്കുമുന്നിലപ്പോൾ ഉണ്ടായിരുന്നുള്ളു. അകന്നകന്നുപോകുന്ന രണ്ടു നിഴലുകളെക്കുറിച്ച് പ്രകൃതിയിലെ ഒരു ജീവാത്മാവുപോലും അപ്പോൾ ചിന്തിക്കാതിരുന്നതിന് ഒരുപക്ഷേ, ഒരു പ്രത്യേക കാരണം കാണില്ല. "അവർ പോകട്ടെ, പാവങ്ങൾ, അവർ ജീവിച്ചുകൊള്ളട്ടെ"എന്നുമാത്രമേ പ്രകൃതിയുടെ മുഖത്തിനപ്പോൾ ഉണ്ടായിരുന്നുള്ളു.

ഒരു പ്രളയം കഴിഞ്ഞ കാലമായിരുന്നു അത്. മുറതെറ്റി പെയ്ത ഒരു മഴയിലൂടെ കരയിലൊരു പ്രളയത്തിന്റെ താണ്ഡവനൃത്തം തന്നെയുണ്ടായിരുന്നു. ഉരുൾപൊട്ടലിൽ ഒലിച്ചിറങ്ങിയ മണ്ണിലൂടെ കടപുഴകിയൊലിച്ചുപോയ വീടുകളും, ആ വീടുകളിൽ ഉറങ്ങിക്കിടന്ന് അറിയാതെ മരണത്തിലേക്ക് ഒലിച്ചിറങ്ങിപ്പോയ ജീവാത്മാക്കളും അന്തരീക്ഷത്തിലാണ്ടു ഘനീഭവിച്ചു നില്ക്കുകയായിരുന്നു. മഴ എന്തിനാണിങ്ങനെ പെയ്യുന്നത്? മഴകൾ ഇങ്ങനെയാണോ പെയ്തിറങ്ങേണ്ടുന്നത്? മഴ എങ്ങനെ പെയ്താലും തനിക്കൊരു ചുക്കുമില്ലെന്നും, വെള്ളത്തിൽ കുടിൽ ഒലിച്ചുപോയാൽ താനും അതിലൂടെയങ്ങ് ഒലിച്ചുപോകുമെന്നും ഒടുവിൽ അറബിക്കടലിന്റെ നിറസമൃദ്ധിയിൽ എത്തിയാൽ തന്റെ ജന്മത്തിന് പുണ്യം ലഭിക്കുമെന്നും വാതോരാതെ വീമ്പിളക്കിയിരുന്ന യശോദരന് തന്റെ ഏകമകൾ സുകന്യ പ്രളയക്കെടുതിയിലെ ഒരു രാത്രിയിൽ സ്കൂൾ കെട്ടിടത്തിലെ അഭയാർത്ഥി ക്യാമ്പിൽനിന്ന് താൻ കണ്ടെത്തിയ ഇരുപത്തിയൊന്നുകാരനൊപ്പം ഒളിച്ചോടിപ്പോകുമെന്ന് ചിന്തിക്കാനേ കഴിയുമായിരുന്നില്ല.

അഭയാർത്ഥിക്യാമ്പിൽ ആയിരങ്ങളുടെ വിലാപങ്ങളും ആത്മരോഷങ്ങളുമുണ്ടായിരുന്നു. എല്ലാം തകർത്തെറിഞ്ഞു പെയ്തുനിറഞ്ഞ മഴ ഭൂമിയൊന്നാകെ പ്രളയംകൊണ്ട് മൂടാൻ ശ്രമിച്ചപ്പോൾ, കൈയിൽക്കിട്ടിയ ഉടുതുണിയുംകൊണ്ട് ഓരോ മനുഷ്യനും സ്വന്തം വീടുകളിൽനിന്ന് ദുരിതാശ്വാസ ക്യാമ്പിലെത്തുകയായിരുന്നു. മുഖവും മനസ്സും നഷ്ടപ്പെട്ട മനുഷ്യരുടെ കൂട്ടമായിരുന്നു അവിടെയെങ്ങും. അവരുടെയെല്ലാം ഞരമ്പുകൾ വേദനകൾകൊണ്ടും, അനാഥത്വംകൊണ്ടും തിങ്ങി വിങ്ങുന്നുണ്ടായിരുന്നു. എല്ലാ കണ്ണുകളിലൂടെയും രക്തം ഒലിച്ചിറങ്ങുകയും കാതുകളിലൂടെ ഒരിക്കലും അവസാനിക്കാത്ത പ്രകൃതിയുടെ താണ്ഡവങ്ങൾ നിറയുകയും ചെയ്തു. ഗ്രാമങ്ങൾക്കും നഗരങ്ങൾക്കും അതിർത്തികളില്ലാതെ പ്രളയം അവരെ ഒന്നാകെ വാരിവിഴുങ്ങിയപ്പോൾ ഒലിച്ചിറങ്ങിക്കൊണ്ടിരുന്ന പ്രളയജലത്തിലൂടെ നഗ്നവും അല്ലാത്തതുമായ മനുഷ്യരുടെയും തുറിച്ച കണ്ണുകളോടെയും നീട്ടിയ നാവുകളോടെയു

മുള്ള മൃഗങ്ങളുടെയും, തൂവലുകൾ കൊഴിഞ്ഞുപോയ ചീഞ്ഞ പക്ഷികളുടെയും ജഡങ്ങൾ ഒഴുകി നടക്കുന്നുണ്ടായിരുന്നു. ദുരിതാശ്വാസ ക്യാമ്പിലെ തണുത്ത തറയിൽ വിരിച്ച പായയിൽ തളർന്നുറങ്ങിക്കിടക്കുമ്പോൾ യശോധരൻ ഒരിക്കൽപ്പോലും ഓർത്തില്ല, ഏക മകൾ സുകന്യ ആരോരുമറിയാതെ സുമേഷ് എന്ന ഇരുപത്തിയൊന്നുകാരനൊപ്പം ഇറങ്ങിപ്പുറപ്പെടുമെന്ന്. പ്രളയക്കെടുതിയിലെ ദിവസങ്ങളിൽ ആകാശം പകൽപോലും ഇരുണ്ടതും ഭീതിതവുമായിരുന്നു. ചീഞ്ഞ മാംസത്തിന്റെ ഗന്ധം തേടിയലഞ്ഞ കഴുകന്മാർ ചിറകുകൾ താഴ്ത്തി പറന്നതും, കൂരിരുട്ടിന്റെ നിറമുള്ള വിഷപ്പാമ്പുകൾ വിഷംചീറ്റി, പൊന്തക്കാടുകളിലെ ചെളിവെള്ളത്തിലൂടെ നിന്നൊലിച്ചുവന്ന്, നിറഞ്ഞൊഴുകുന്ന പ്രളയജലത്തിലൂടെ ഒഴുകി നടന്നതും കാലഘട്ടത്തിന്റെ മുഖച്ഛായയല്ലേയെന്ന് സുമേഷ് ചിന്തിക്കുന്നുണ്ടായിരുന്നു. തിങ്ങിനിറഞ്ഞിരുന്ന ദുരിതബാധിതർക്കിടയിലൂടെ സുകന്യയുടെ കൈപിടിച്ച് ഇരുളിലൂടെ നടന്നുനീങ്ങിയപ്പോൾ സുമേഷിനു മുന്നിൽ രാത്രിയുടെ മുഖം ഭീതിതമായിരുന്നു. എല്ലാ പൊന്തവാഴകൾക്കും കൈതക്കാടുകൾക്കും തെങ്ങിൻക്കൂട്ടങ്ങൾക്കും രൂപമാറ്റം വരികയും അവയെല്ലാം ദുർപ്രേതങ്ങളുടെ രൂപങ്ങളായി ഇരുളിന്റെ അഗാധതകളിൽ മറ്റൊരു ഇരുളായി നിറഞ്ഞുനില്ക്കുകയും ചെയ്തു. അവയ്ക്കിടയിലൂടെയായിരുന്നു സുമേഷും സുകന്യയും ആകാശത്ത് തെളിയാത്ത നക്ഷത്രങ്ങളെയും സാക്ഷിനിർത്തി എങ്ങോട്ടെന്നില്ലാതെ യാത്രപുറപ്പെട്ടത്. എല്ലാ നദികളുമപ്പോൾ കുലം കുത്തിയൊഴുകുകയും അവയിൽനിന്നും പ്രവഹിച്ച പ്രളയജലംകൊണ്ട് എല്ലാ റോഡുകളും വയലുകളും മലകളും ഒന്നായി നിറഞ്ഞുകിടക്കുകയും ചെയ്തു. ഒരേപോലെ വാരിവിഴുങ്ങപ്പെട്ട നഗരങ്ങൾക്കും ഗ്രാമങ്ങൾക്കുമപ്പോൾ ഒരുമുഖമായിരുന്നു. വെള്ളത്തിന്റെ അഗാധതയിലൂടെ ഊളിയിട്ടുയർന്ന് ജീവന്റെ രോദനങ്ങളിലൂടെ മനുഷ്യരുടെയും മൃഗങ്ങളുടെയും ഗന്ധങ്ങൾ അന്തരീക്ഷമാകെ നിറഞ്ഞുനില്ക്കുകയും ആ ഗന്ധങ്ങളിൽനിന്ന് നിർവ്വചിക്കാനാവാത്ത മറ്റേതോ ഗന്ധം ഉത്ഭവിക്കുകയും ചെയ്തു. ഒരു പ്രളയത്തിന്റെ അത്യഗാധതയിലൂടെവേണം തങ്ങൾക്ക് ഒളിച്ചോടാനെന്ന് സുമേഷും സുകന്യയും അല്പം പോലും ചിന്തിച്ചിരുന്നില്ല. അല്ലെങ്കിൽത്തന്നെ പ്രണയത്തിനും വിപ്ലവത്തിനും ഒരുപാട് സാമ്യമുണ്ടെന്ന് സുമേഷ് ലൈബ്രറിയിൽ നിന്നെടുത്ത ഏതോ പുസ്തകത്തിലുണ്ടായിരുന്നത് സുകന്യയോട് ചെവിയിൽ പതിയെ പറഞ്ഞത് പ്രളയം പൊട്ടിപുറപ്പെടുന്നതിന്റെ തലേന്ന് രാത്രിയിലായിരുന്നു. അന്ന് പകൽ പെട്ടെന്ന് അവസാനിക്കുകയും സന്ധ്യയുടെ മുഖം ഏറെ വിളറുകയും ചെയ്തിരുന്നു. രാത്രിയുടെ ഏകാന്തതയിലൂടെ വീശാൻ തുടങ്ങിയ തണുത്തകാറ്റ് എല്ലാമരച്ചില്ലകളിലുടെയും ആഞ്ഞടിക്കാൻ തുടങ്ങിയത് സുമേഷും സുകന്യയും അറിഞ്ഞിരുന്നില്ല. ആ തണുത്തകാറ്റിൽ ഓരോ മണൽത്തരികളുടെ ഹൃദയത്തിലും അറിയാത്തൊരു നൊമ്പരം എപ്പോഴോ ഉണർന്നുയരുകയും, അതൊരു മഹാവിപത്തിന്റെ മുന്നോടി

യായിരിക്കുമെന്ന്, മരച്ചില്ലകളിലെവിടെയോ ഉറക്കം തൂങ്ങിയിരുന്ന രാപ്പക്ഷികളിലേതിനോ ഉൾവിളി ഉണ്ടാകുകയും ആ ഉൾവിളിയിലൂടെ ഉറക്കത്തിലൊരു നിലവിളിയായി രാത്രിയുടെ അഗാധതയിലൂടെ ചിറകുവിരിച്ച് പറക്കാൻ തുടങ്ങുകയും ചെയ്തു. ആ രോദനങ്ങളുടെ നടുവിലൂടെയായിരുന്നു ഘോരമായൊരു ശബ്ദത്തോടെ മഴ ആർത്തലച്ച് ഭൂമിയിലേക്ക് പൊട്ടിയൊഴുകിയത്. ആകാശത്തിന്റെ ഹൃദയമാണ് പൊട്ടിയൊലിച്ച് ഭൂമിയിലേക്ക് പതിക്കുന്നതെന്നാണ് ഉറക്കച്ചടവിലൂടെ ഞെട്ടിയുണർന്ന സുമേഷിന് തോന്നിയത്. അതൊരു പ്രളയതാണ്ഡവത്തിന്റെ മുന്നോടിമാത്രമായിരുന്നു. ഭൂമിയെ ഞെട്ടിവിറപ്പിച്ച ആ പ്രളയത്തിനൊടുവിലാണ് ദുരിതാശ്വാസക്യാമ്പിൽ വച്ച് സുകന്യയെ കൈപിടിച്ച് സുമേഷ് ജീവിതത്തിലേക്ക് ക്ഷണിച്ചത്. ദുരിതബാധിതർക്കുവേണ്ടി ആരോ സംഭാവന ചെയ്ത നിറംമങ്ങിയ നൈറ്റിയുമണിഞ്ഞ് സുമേഷിനൊപ്പം സുകന്യ ഇറങ്ങിത്തിരിക്കുമ്പോൾ ദുരിതാശ്വാസ ക്യാമ്പിലെ അന്തേവാസികൾ ഉറക്കത്തിന്റെ ആഴങ്ങളിൽ മറ്റേതോ ലോകങ്ങളിലൂടെ സഞ്ചരിക്കുകയായിരുന്നു. വെള്ളം വാർന്നിറങ്ങിയശേഷമുള്ള കരയിലൂടെ നായ്ക്കൾ അപ്പോൾ ആകാശംപൊട്ടുമാറുച്ചത്തിൽ ഓരിയിട്ടുകൊണ്ട് അകലങ്ങളിലേക്ക് ഓടിയകലുന്നുണ്ടായിരുന്നു. ഇരുണ്ട രണ്ട് പ്രേതങ്ങളെപ്പോലെ തണുത്തുവിറച്ച ശരീരങ്ങളുമായി സുമേഷും സുകന്യയും പാതയിൽനിന്നും പാതകളിലേക്കും ഒടുവിൽ പാതകൾ ശേഷിക്കാത്ത ഏതോ പ്രതലത്തിലേക്കും എത്തുന്നുണ്ടായിരുന്നു. വിഷം ചീറ്റിവന്ന കറുത്ത നാഗങ്ങളുടെ സീൽക്കാര ശബ്ദങ്ങൾകൊണ്ട് ഘനീഭവിച്ചുനിന്ന ആ പ്രതലത്തിലേക്ക് സുമേഷും സുകന്യയും എത്തപ്പെട്ടപ്പോൾ അന്തരീക്ഷം വീണ്ടും ഇരുൾകൊണ്ട് മൂടാൻ തുടങ്ങുകയും മറ്റൊരു പ്രളയത്തിന്റെ ധ്വനി എവിടെനിന്നെല്ലാതെ ഉയരുകയും ചെയ്തു. ഓരിയിട്ടുകൊണ്ട് അകന്നുപോയ നായ്ക്കളുടെ ചെവിയിലേക്ക് ആ ധ്വനികൾ എത്തുകയും അവ ഏതോ ആപൽ സൂചകങ്ങളെപ്പോലെ വായിൽനിന്ന് ഇറ്റുവീഴുന്ന തുപ്പലുമായി ആകാശത്ത് നോക്കി ഘോരമായി ഓരിയിടുകയും ചെയ്തു. ഉറക്കത്തിലെ സ്വപ്നത്തിൽനിന്ന് എപ്പോഴോ ഞെട്ടിയുണർന്ന യശോധരനു മുന്നിലൂടെ വെള്ളം വീണ്ടും ആർത്തലച്ചുമുകളിലേക്ക് ഉയരുകയായിരുന്നു. അയാൾക്കുമുന്നിലപ്പോൾ പ്രളയജലമല്ലാതെ മറ്റൊന്നുമുണ്ടായിരുന്നില്ല. എല്ലാ മഹാപ്രളയത്തിനരികിലൂടെയും എല്ലാ ഇരുളിന്റെ അഗാധതയിലൂടെയും വെളിച്ചത്തിന്റെ ഒരു തുരുത്ത് എവിടെയോ ഉയർന്നുവരുകയും ആ വെളിച്ചത്തിന്റെ തീരങ്ങളിലേക്ക് ആ തീരങ്ങളിലേക്ക് തന്നെ സുമേഷും സുകന്യയും എത്തുകയും ചെയ്യുന്നുണ്ടായിരുന്നു. അവിടെ വിടർന്ന പൂക്കൾക്ക് നിലാവിന്റെ ശോഭ മാത്രമായിരുന്നു.

കാറ്റാടി മരങ്ങളുടെ ഗന്ധങ്ങൾ

കായൽ തീരത്തുള്ള കാറ്റാടി മരങ്ങൾക്കിടയിലൂടെ സഞ്ചരിച്ചു കൊണ്ടിരുന്നപ്പോഴാണ് പ്രൊഫ. ഡേവിഡ് തോമസിന്റെ മുന്നിലേക്ക് രേഷ്മാകിരൺ എന്ന മുപ്പതു വയസ്സുകാരി യുവതിയെത്തിയതും, അദ്ദേഹത്തിന്റെ മുഖത്തുനോക്കി പൊട്ടിത്തെറിച്ചതും.

"പ്രൊഫ. താങ്കളെ ഞാൻ എവിടെയൊക്കെ അന്വേഷിച്ചെന്നോ - ഈ സമയം ഇവിടെവന്നാൽ താങ്കളെ കാണാൻ കഴിയുമെന്ന് അറിഞ്ഞതുകൊണ്ടാണ് ഞാനിവിടെ ഇപ്പോഴെത്തിയത്. ഒരു എഴുത്തുകാരനെന്ന നിലയിൽ നിങ്ങളെ ഞാൻ വെറുക്കുകയാണ്. നിങ്ങളുടെ കണ്ടെത്തലുകളും നിഗമനങ്ങളുമെല്ലാം തെറ്റ്, തെറ്റ്...... തെറ്റ്." രേഷ്മാകിരൺ പ്രൊഫ. ഡേവിഡ് തോമസിന്റെ മുന്നിൽനിന്ന് വിറയ്ക്കുകയായിരുന്നു. ഒരു നിമിഷം അദ്ദേഹമൊന്ന് അമ്പരക്കുകയും പിന്നീട് തെല്ലും കോപിഷ്ടനാകാതെ, ആ യുവതിയുടെ മുഖത്തേക്കുനോക്കി ശാന്തമായി പറയുകയും ചെയ്തു.

"നിങ്ങൾ എന്തിനാണ് എന്നോടിങ്ങനെ ദേഷ്യപ്പെടുന്നതെന്ന് എനിക്കറിയില്ല. രണ്ടു പ്രാവശ്യമോ മറ്റോ ഏതോ പൊതുവേദികളിൽ വച്ച് നിങ്ങളെ കണ്ടിട്ടുള്ളതല്ലാതെ യാതൊരു ബന്ധവും നിങ്ങളും ഞാനുമായി ഇല്ലാതാനും. എന്റെ എഴുത്ത് നിങ്ങളെ ഏതു രീതിയിലാണ് പ്രകോപിപ്പിക്കുന്നതെന്ന് മനസ്സിലാകുന്നതുമില്ല." രേഷ്മാ കിരൺ അപ്പോൾ സന്ധ്യയുടെ കാറ്റിൽ പാറിക്കളിച്ചുകൊണ്ടിരുന്ന തന്റെ ചെമ്പൻ മുടിച്ചുരുളുകളെ പിന്നിലേക്ക് ഒതുക്കി, സ്വരത്തിൽ അല്പവും മാർദ്ദവം കലർത്താത്ത ഉറച്ച ശബ്ദത്തിൽ തന്നെ പറഞ്ഞു.

"എനിക്ക് താങ്കളോട് ഒരുപാട് കാര്യങ്ങൾ സംസാരിക്കാനുണ്ട്. സ്ത്രീകളെക്കുറിച്ചുള്ള താങ്കളുടെ പല നിഗമനങ്ങളെയും വിലയിരുത്തലുകളെയും നഖശിഖാന്തം എതിർത്തു സംസാരിക്കേണ്ടതുണ്ട്. അങ്ങനെയൊക്കെ സംസാരിക്കാൻ എനിക്ക് നിങ്ങളുമായി ഒരു സുഹൃത്ത് ബന്ധത്തിന്റെയോ അല്ലാത്ത മറ്റു ബന്ധങ്ങളുടേയോ ആവശ്യമില്ല. വായനക്കാർക്ക് എഴുത്തുകാരോട് കലഹിക്കാൻ പാടില്ല, അവരുടെ കണ്ടെത്തലുകളെ വിമർശിക്കാൻ പാടില്ല, എന്നൊന്നുമില്ലല്ലോ. എഴുത്തുകാരന്റെ സ്വാതന്ത്ര്യം തന്നെ വായനക്കാരനുമുണ്ട്."

പ്രൊഫ. ഡേവിഡ് തോമസ് വളരെ മൃദുവായി ഒന്നു ചിരിക്കുകയും അങ്ങേയറ്റം തിളങ്ങുന്ന കണ്ണുകളോടെ രേഷ്മാ കിരണിന്റെ മുഖത്തേക്കുനോക്കി പറയുകയും ചെയ്തു. "സുഹൃത്തേ——, ഞാനങ്ങനെ താങ്കളെ സംബോധന ചെയ്യുന്നതിൽ തെറ്റില്ലല്ലോ. ഈ ലോകത്തുള്ളവരെല്ലാം ഓരോ രീതിയിൽ എന്റെ സുഹൃത്തുക്കൾ തന്നെയാണ്. ശത്രുക്കൾ പോലും, നിങ്ങൾക്ക് എന്നെ എത്ര വേണമെങ്കിലും വിമർശിക്കാം, ശകാരിക്കാം. വരൂ, നമുക്കാ റെസ്റ്റോറന്റിലേക്ക് പോയി ഒരു കപ്പ് ചായ കുടിച്ചുകൊണ്ട് സംസാരിക്കാം."

കായൽത്തീരത്തെ റെസ്റ്റോറന്റിൽ അപ്പോൾ സായാഹ്നത്തിന്റേതായ ഒരു തിരക്കായിരുന്നു. ആളുകൾ കൂട്ടമായും അല്ലാതെയും, പരസ്പരം തമാശകൾ പറഞ്ഞും ചിരിച്ചും, മേശകൾക്കിരുവശങ്ങളിലുമിരുന്ന് ചായമാത്രം കുടിക്കുകയോ, ചിലർ ഇഷ്ടമുള്ള ഭക്ഷണങ്ങൾ വാങ്ങി കഴിക്കുകയോ ചെയ്തുകൊണ്ടിരുന്നു. ചിലരെ സംബന്ധിച്ച് ചായയും ഭക്ഷണവുമായിരുന്നില്ല പ്രധാനം. ഒന്നിച്ചിരുന്ന് സംസാരിക്കാൻ ഒരിടം. അവർ സ്വപ്നലോകത്തിലെന്നപോലെ പരസ്പരം സംസാരിച്ചിരിക്കുകയോ ഇടയ്ക്കിടെ ഭക്ഷണത്തിലോ ചായയിലോ ശ്രദ്ധിക്കുകയോ ചെയ്തു. തണുത്ത കാറ്റ് അപ്പോൾ വീശുന്നുണ്ടായിരുന്നു. കായൽപരപ്പിൽനിന്നും നിബിഡമരങ്ങളുടെ പച്ചിലത്തഴപ്പുകളിലൂടെ വീശുന്ന കാറ്റിന് മനസ്സിനെ ഒരുപാട് തണുപ്പിക്കാൻ കഴിയുമെന്ന് പ്രൊഫ. ഡേവിഡ് തോമസിന് തോന്നുകയും അത് അദ്ദേഹം രേഷ്മാകിരണിനോടു പങ്കുവയ്ക്കുകയും ചെയ്തു.

അവർ ജനാലയ്ക്കരികിലെ ഒഴിഞ്ഞ സ്ഥലത്തുള്ള മേശയ്ക്കിരുവശവുമാണ് ഇരുന്നത്. വെയിറ്റർ ഇടയ്ക്കു വരികയും, അവരോട് ആവശ്യമുള്ളതെന്തെന്ന് ചോദിക്കുകയും ചെയ്തു. ഓരോ ചായയും, ലഘുവായി ഭക്ഷിക്കാൻ എന്തെങ്കിലുമെന്നും പ്രൊഫസർ ഓർഡർ ചെയ്തത് രേഷ്മാകിരണിനോട് അനുവാദം ചോദിച്ചിട്ടായിരുന്നില്ല. രേഷ്മാകിരൺ അപ്പോൾ മറ്റേതോ ലോകത്തിലെന്നപോലെ, അതൊന്നും ശ്രദ്ധിക്കാതെ മനസ്സിലൂടെ മാത്രം സഞ്ചരിക്കുകയായിരുന്നു. സന്ധ്യയുടെ വെളിച്ചം കുറഞ്ഞു കുറഞ്ഞുവരുന്നത് കണ്ടിട്ടും രേഷ്മാകിരണിന് അതിന്റെ

യാതൊരു ഭയമോ സംഭ്രമമോ മനസ്സിൽ തോന്നിയില്ല. ചൂടുചായ പതിയെ കുടിച്ചുകൊണ്ട് പ്രൊഫസർ തന്റെ വായനക്കാരിയുടെ മുഖത്തേക്ക് നോക്കുകയും പിന്നീട് ശബ്ദം താഴ്ത്തി ഉറച്ച സ്വരത്തിൽ ചോദിക്കുകയും ചെയ്തു. "പറയു സുഹൃത്തേ, എന്റെ ഏത് നോവലിലെ ഏതു കഥാപാത്രമാണ് നിങ്ങളെ ചൊടിപ്പിച്ചത്?. നിങ്ങളെ അലോസരപ്പെടുത്തിയത്? തീർച്ചയായും ആരെയും നോവിക്കാനോ വേദനിപ്പിക്കാനോ ഉള്ള മനസ്സല്ല എന്റേത്. എനിക്കു മാത്രമല്ല ഒരെഴുത്തുകാർക്കും അതിനു കഴിയുകയുമില്ല. പറയാം, താങ്കൾക്ക് പറയാനുള്ളത് പറയാം." തന്റെ പകുതിപ്പോലും പ്രായമില്ലാത്ത യുവതിയുടെ മുന്നിൽ ഡേവിഡ് തോമസ് എന്ന എഴുത്തുകാരൻ വിനയാന്വിതനായി, ശിക്ഷ ഏറ്റു വാങ്ങാനെന്നപോലെ അവരുടെ മുഖത്തേക്ക് നോക്കിയിരുന്നു.

രേഷ്മാകിരൺ കസേരയിലൊന്നിളകിയിരിക്കുകയും, ശേഷം പുറത്തുനില്ക്കുന്ന അടിമുടി മഞ്ഞപ്പൂക്കൾ നിറഞ്ഞ മരത്തിലേക്ക് നോക്കി എന്തോ പതിയെ മന്ത്രിക്കുകയും ചെയ്തു.

"പറയൂ കുട്ടി, താങ്കൾക്ക് പറയാനുള്ളത് പറയൂ. എനിക്ക് പോകാനൊരു തിരക്കുമില്ല, പക്ഷേ, താങ്കളുടെ വിമർശനങ്ങൾ കേൾക്കാൻ ധൃതിയുണ്ട്." ഡേവിഡ് തോമസ് അല്പം അക്ഷമയോടാണ് അത് പറഞ്ഞത്. രേഷ്മാകിരൺ പുറത്തെ മരത്തിൽനിന്ന് കണ്ണെടുത്തിട്ട്, ചായ ഗ്ലാസ് വശത്തേക്ക് നീക്കി വച്ച്, ഡേവിഡ് തോമസിന്റെ മുഖത്തേക്കു നോക്കി പറയുവാൻ തുടങ്ങി. "കഴിഞ്ഞയാഴ്ച പ്രകാശനം കഴിഞ്ഞ നിങ്ങളുടെ പുതിയ നോവലുണ്ടല്ലോ *മൗനങ്ങൾ.* അതു ഞാൻ മുന്നൂറു രൂപാ വിലകൊടുത്തു വാങ്ങിയത് രണ്ടു ദിവസങ്ങൾക്കു മുൻപാണ്. അതിനെക്കുറിച്ചുള്ള റിവ്യൂകളുടെ പ്രവാഹം തന്നെയുണ്ടായിരുന്നല്ലോ ആനുകാലികങ്ങളിൽ......." രേഷ്മ ഒരു നിമിഷം നിർത്തിയിട്ട് വീണ്ടും ചൊടിപ്പോടെ തന്നെ പറഞ്ഞു.

"നിങ്ങൾ ആ നോവലിൽ എന്തൊക്കെയാണ് വാരി എഴുതി നിറച്ചിരിക്കുന്നത്. എല്ലാ കുപ്പകളും വാരി നിക്ഷേപിക്കാനുള്ള ഒരിടമാണ് നോവലെന്നാണോ നിങ്ങളുടെ പക്ഷം-?"

പ്രൊഫ. ഡേവിഡ് തോമസ് ഒന്നും പറഞ്ഞില്ല. യുവതിയുടെ മുഖത്തേക്ക് അക്ഷോഭ്യനായി നോക്കുക മാത്രം ചെയ്തു. എപ്പോഴും മനസ്സിലൊരു പക്ഷമുണ്ട്. എഴുത്തുകാർ എഴുത്തുകാരാകുന്നത് വായനക്കാർ ഉള്ളതുകൊണ്ടാണെന്ന്. തന്മൂലം വായനക്കാരുടെ മുമ്പിൽ ഒരിക്കലും ദേഷ്യപ്പെടാൻ പാടില്ല. പക്ഷേ, ഒന്നദ്ദേഹം പറഞ്ഞു. "കുട്ടി, എല്ലാ കുപ്പകളും നിക്ഷേപിക്കാനുള്ള ഇടമാണ് നോവലെന്ന് ഞാനൊരിക്കലും കരുതുന്നില്ല. പക്ഷേ, കഥയ്ക്കില്ലാത്തൊരു സ്വാതന്ത്ര്യം നോവലിനുണ്ട് എന്നുള്ളത് സത്യമാണ്. അല്പം നീളുകയോ കൂട്ടിച്ചേർക്കുകയോ നോവലിലാകാം, പക്ഷേ, അത് കഥയിലാകില്ല. വാർത്തെടുത്ത ഒരു വിഗ്രഹം

പോലെയാണ് കഥ." ഡേവിഡ് തോമസ് പറഞ്ഞു നിർത്തുമ്പോൾ രേഷ്മാ കിരൺ ജനാലയിലൂടെ പുറത്തേക്ക് നോക്കി പറയുകയായിരുന്നു.

"ശരി, ശരി നിങ്ങളുടെ സാഹിത്യവിചാരങ്ങളിലേക്കൊന്നും ഞാൻ കടക്കുന്നില്ല. അതു നിങ്ങളുടെ സ്വാതന്ത്ര്യം. ആർക്കും ആരുടെയും സ്വാതന്ത്ര്യത്തെ ഹനിക്കാൻ ഈ ഭൂമിയിൽ അവകാശമില്ല എന്നാണ് എന്റെ പക്ഷം. ഞാൻ പറഞ്ഞത് നിങ്ങളുടെ പുതിയ നോവലിലെ അനുരാധയെന്ന കഥാപാത്രത്തെക്കുറിച്ചാണ്. സ്ത്രീകളെക്കുറിച്ച് നിങ്ങളുടെ സങ്കല്പങ്ങൾ ഇതാണോ?"

ഡേവിഡ് തോമസ് എന്ന എഴുത്തുകാരൻ തന്റെ വായനക്കാരിയുടെ കണ്ണുകളിലേക്ക് നോക്കി വളരെ പതിയെ തന്നെ പറഞ്ഞു.

"ആ സ്ത്രീ കഥാപാത്രം നിങ്ങളെ ഏതു രീതിയിലാണ് ചൊടിപ്പിക്കുന്നത്? സൗമ്യശീലയും സുന്ദരിയുമായ ഒരു വ്യക്തിത്വമാണല്ലോ അനുരാധ. ഒരു മോശക്കാരിയായിട്ടേയല്ല ഞാൻ അവരെ ചിത്രീകരിച്ചിരിക്കുന്നത്.. സ്ത്രീയുടെ നല്ലൊരു മുഖമാണ് ഞാനവരിലൂടെ ആവിഷ്കരിച്ചിരിക്കുന്നത്........." ഡേവിഡ് തോമസ് പറഞ്ഞുതീരുന്നതിനു മുൻപുതന്നെ രേഷ്മ ഇടയിൽ കയറുകയായിരുന്നു. "നോക്കു, നോക്കു, സ്ത്രീകളെ ഏതു കണ്ണാടിക്കൂട്ടിലാണ് നിങ്ങൾ പ്രതിഷ്ഠിക്കുന്നത്. ശ്വസിക്കാൻ പോലും സ്വാതന്ത്ര്യം ഇല്ലാത്ത ചില്ലു പ്രതിമകളല്ലേ അവർ. ഇത്തരം സ്ത്രീ കഥാപാത്രങ്ങളെ സൃഷ്ടിച്ച് സൃഷ്ടിച്ച് നിങ്ങളൊക്കെ എന്തു നേടുന്നു?..." രേഷ്മാകിരൺ സ്വരം ഉയർത്തുന്നതു കണ്ടപ്പോൾ ഡേവിഡ് തോമസ് ചുറ്റിനും നോക്കി. റെസ്റ്റോറന്റിലെ തിരക്ക് കുറഞ്ഞിട്ടില്ല. പക്ഷേ, എല്ലാവരും അവരവരുടേതായ ലോകങ്ങളിലാണ്. ആരും ആരെയും ശ്രദ്ധിക്കുന്നതായി തോന്നിയില്ല. അദ്ദേഹം വീണ്ടും രേഷ്മാകിരണിന്റെ മുഖത്തേക്ക് നോക്കുകയായിരുന്നു, ബാക്കി കേൾക്കാനെന്നവണ്ണം.

"നോക്കൂ— അനുരാധ അതിരാവിലെ നാലുമണിക്കുതന്നെ ഉണരുന്നു. അവർ കതക് തുറന്ന്, പുറത്തെ വരാന്തയിൽനിന്ന് പുലർകാലത്തിന്റെ മനോഹാരിതയിലേക്ക് നോക്കുന്നതേയില്ല. വിടർന്നുവരുന്ന പൂക്കളുടെ സൗരഭ്യത്തെയും തേടുന്നില്ല. ആകാശത്ത് അപ്പോഴും അസ്തമിച്ചിട്ടില്ലാത്ത പൂർണ്ണ ചന്ദ്രന്റെ സൗന്ദര്യവും അവർ കാണുന്നില്ല. ആകാശത്ത് മേഘങ്ങൾക്കപ്പോൾ എന്താലസ്യമാണ്. അവയൊക്കെ ദേവനർത്തകിമാരെപ്പോലെ—എന്നിട്ടും അനുരാധ അതൊന്നും അറിയാനോ ആസ്വദിക്കാനോ ഒരു താല്പര്യവുമില്ലാത്ത വിധത്തിലാണ് താങ്കൾ......?" രേഷ്മാകിരൺ പറഞ്ഞവസാനിപ്പിക്കാതെ ഡേവിഡ് തോമസിന്റെ മുഖത്തേക്ക് നോക്കുകയായിരുന്നു. അദ്ദേഹത്തിന്റെ മുഖത്തപ്പോൾ ആകാംക്ഷ നിറഞ്ഞുനില്ക്കുന്നുണ്ടായിരുന്നു. അദ്ദേഹം വളരെ ശാന്തനായിത്തന്നെ അപ്പോഴും പറഞ്ഞു.

"നോക്കു കുട്ടീ, താങ്കളുടെ വിമർശനം എന്നെ സത്യത്തിൽ ആഹ്ലാ

ദിപ്പിക്കുന്നു. ഇങ്ങനെ വേണം വായനക്കാർ എഴുത്തുകാരിലേക്ക് ഇറങ്ങി ചെല്ലേണ്ടത്. ആ കഥാപാത്രത്തിന്റെ ഏതു വീക്ഷണമാണ് താങ്കളെ ചൊടിപ്പിച്ചതെന്നറിയാൻ എനിക്ക് ഒരുപാട് ആകാംക്ഷയുണ്ട്."

"അതെ-അതെ നിങ്ങൾ കേൾക്കു, കേൾക്കണം. അനുരാധ ആ പുലർകാലത്ത് അടുക്കളയുടെ വാതിലാണ് തുറക്കുന്നത്. സിങ്കിൽ കുന്നുകൂടിക്കിടക്കുന്ന എച്ചിൽ പാത്രങ്ങളിലേക്കാണ് അവരുടെ കണ്ണു കളും മനസ്സും ചെല്ലുന്നത്. ഒരു മണിക്കൂറോളം അവർ സോപ്പുപത പുരട്ടി ഓരോ എച്ചിൽ പാത്രവും മിനുക്കുന്നു." രേഷ്മാകിരണിന്റെ കണ്ണുകളിൽ അമർഷം നുരഞ്ഞുപൊന്തുന്നുണ്ടായിരുന്നു.

"നോക്കു, അതിലെന്താണ് ഇത്ര പുതുമ. നിങ്ങൾ അതിലെന്തി നാണിങ്ങനെ രോഷപ്പെടുന്നത്. ഒരു ഉത്തമ സ്ത്രീ അങ്ങനെയല്ലേ വേണ്ടത്. അവരൊരു ഭർതൃമതിയും രണ്ടു കുട്ടികളുടെ അമ്മയുമല്ലേ." ഡേവിഡ് തോമസ് അല്പം വിയോജിപ്പോടെയാണ് രേഷ്മാകിരണിന്റെ മുഖത്തേക്ക് നോക്കിയത്.

"തീർച്ചയായും നിങ്ങൾ അങ്ങനെ മാത്രമേ ചിന്തിക്കുകയുള്ളു. ഒരു സ്ത്രീ ഉറക്കമുണർന്നാൽ ആദ്യം കയറേണ്ടത് അടുക്കളയിലേക്കാണെ ന്നാണ് നിങ്ങളുടെയൊക്കെ ധാരണ. എന്തുകൊണ്ട് പുറത്തെ വരാന്ത യിൽ ചെന്ന് ആകാശത്തേക്ക് നോക്കി നില്ക്കാനുള്ള സ്വാതന്ത്ര്യവും മനസ്സും അവർക്ക് നിങ്ങൾ കൊടുക്കുന്നില്ല, എഴുത്തിൽ പോലും. അടു ക്കളയിൽനിന്ന് തുടങ്ങി അവർ ഒരു മെഷീനെപ്പോലെ കറങ്ങുകയല്ലേ, വീട്ടിലൂടെ."

"പ്രിയ സഹോദരി-നിങ്ങൾ ചൊടിക്കാതിരിക്കു. ഇതിലെന്താണ് ഇത്ര പുതുമ. സ്ത്രീകൾ അങ്ങനെയല്ലേ. അനുരാധ അത്ര മോശം കഥാപാത്ര സൃഷ്ടിയാണോ? ഒരുത്തമയായ സ്ത്രീയെ പിന്നെ ഞാനെ ങ്ങനെയായിരുന്നു ചിത്രീകരിക്കേണ്ടിയിരുന്നത്." പ്രൊഫ. ഡേവിഡ് അതും അക്ഷോഭ്യനായിതന്നെയാണ് പറഞ്ഞത്.

"നോക്കു, എന്റെ മുഖത്തേക്കുനോക്കൂ. സ്ത്രീകളുടെ ജീവിതം നിങ്ങൾ ആഴത്തിൽ മനസ്സിലാക്കണം. ചിന്തിക്കാൻ ശേഷിയില്ലാത്ത, വെറും കഴുതകളെപ്പോലെ പണിയെടുക്കുന്നവരായി മാത്രം അവരെ കാണരുത്. അനുരാധയുടെ പകലുകൾ എത്ര നിർജ്ജീവങ്ങളാണ്. കഷ്ടം, അവരുടെ പരിതാപകരമായ അവസ്ഥയെക്കുറിച്ച് അവർക്ക് ബോധം പോലുമില്ലെന്നുള്ളതാണ്. പൂജാമുറിയിലെ വിളക്കിനുമുന്നിൽ അല്പ നേരത്തേക്ക് കണ്ണടച്ചുതൊഴൽ, അതു മാത്രമാണ് അവർക്ക് കൊടുത്തി രിക്കുന്ന ധ്യാനത്തിന്റെ നിമിഷങ്ങൾ. നിങ്ങൾ ആ നോവലിലെ ചില ഭാഗങ്ങൾ ഓർത്തു നോക്കൂ. അവരുടെ ഭർത്താവ് അവരെ ആഞ്ഞു ചവി ട്ടുന്ന ഒരു ചിത്രീകരണമുണ്ടല്ലോ. എന്തിനായിരുന്നു അത്? മദ്യപിച്ചു വന്ന അയാൾക്ക് ഭക്ഷണം വിളമ്പി കൊടുക്കാൻ അല്പം താമസിച്ചതിനല്ലേ?

ആ സ്ത്രീ എന്നിട്ടും പ്രതിഷേധിക്കുന്നില്ല. തീർച്ചയായും ഇത്ര പ്രതികരണശേഷിയില്ലാത്ത, ചിന്താദാരിദ്ര്യമുള്ള സ്ത്രീകളെ ഈ നൂറ്റാണ്ടിലെങ്കിലും നിങ്ങൾ എഴുതി പടച്ചു വിടാതിരിക്കൂ." രേഷ്മാ കിരൺ പറഞ്ഞു നിർത്തിയപ്പോൾ പ്രൊഫ. ഡേവിഡ് തോമസ് പുറത്തെ ഇരുളിലേക്കു നോക്കുകയായിരുന്നു, മനസ്സിലൊരുത്തരവും കണ്ടെത്താനാകാതെ. റെസ്റ്റോറന്റിലെ പല ഇരിപ്പിടങ്ങളും അപ്പോൾ ഒഴിഞ്ഞുകിടക്കുകയായിരുന്നു. കാറ്റാടി മരങ്ങൾക്കിടയിലൂടെ വീശിയടിച്ചുവന്ന കാറ്റ് അവരെ പതിയെ തഴുകി. പ്രൊഫ. ഡേവിഡ് തോമസിന്റെ ഹൃദയത്തിലൂടപ്പോഴും ഉഷ്ണം ഒലിച്ചിറങ്ങുകയായിരുന്നു. മുന്നിലെ പാട വിരിച്ചുകിടന്ന തണുത്ത ചായയിലേക്ക് നോക്കി അദ്ദേഹം പതിയെ പറഞ്ഞു. "പ്രിയ സുഹൃത്തേ – ഈ ചായ നിങ്ങൾക്ക് ചൂടോടെ കുടിക്കാമായിരുന്നു. തണുത്ത് ആറി പാടകെട്ടിയ ചായ കുടിക്കുന്നതിൽ പരം ഇഷ്ടമില്ലാത്ത കാര്യം എനിക്കില്ല. ഇനി മറ്റൊരു ചായയ്ക്ക് ഓർഡർ നല്കട്ടെ.." രേഷ്മാ കിരൺ ഒന്നും പറയാതെ വെറുതെ മൂളുക മാത്രം ചെയ്തു, മറ്റേതോ ലോകത്തെന്നപോലെ. പിന്നീട് ഡേവിഡ് തോമസ് എന്ന എഴുത്തുകാരന്റെ മുഖത്തേക്ക് നോക്കി ദൃഢസ്വരത്തിൽ പറയുകയും ചെയ്തു. "നിങ്ങൾ കാര്യങ്ങൾ ലഘൂകരിച്ചു കാണണ്ട. നിങ്ങളുടെ എഴുത്തിലെ വീക്ഷണങ്ങളോടുള്ള എന്റെ വിയോജിപ്പ് തുറന്നുപറയണമെന്നത് എന്റെ അടങ്ങാത്ത ആവശ്യമായിരുന്നു. ആ നോവലിൽ – ഒരുഘട്ടത്തിൽ നിങ്ങൾ അനുരാധയുടെ മനോഗതമായി പറയുന്നതുതന്നെ ശ്രദ്ധിക്കൂ. ഒരു സ്ത്രീയുടെ ജന്മം മറ്റുള്ളവർക്കുവേണ്ടി മാത്രമാണെന്ന്. സ്വന്തം ആരോഗ്യംപോലും ശ്രദ്ധിക്കുന്നത് മറ്റുള്ളവർക്കുവേണ്ടി ജീവിക്കാൻ മാത്രമാണെന്ന്. ഒരുപക്ഷേ, രോഗശയ്യയിലും, മരണക്കിടക്കയിൽ പോലും അവർ മറ്റുള്ളവർക്കുവേണ്ടി ജീവിക്കാൻ മാത്രം കേഴുകയാണെന്ന്. ഇതിനോട് എനിക്ക് പൂർണ്ണ വിയോജിപ്പാണ്. എന്തുകൊണ്ട് ഒരു സ്ത്രീക്ക് സ്വന്തം ഹൃദയത്തിനോടും ആത്മാവിനോടും നീതിപുലർത്താൻ കഴിയുന്നില്ല.." രേഷ്മാകിരൺ പറഞ്ഞുനിർത്തിയപ്പോൾ ജനാലയിലൂടെ വീശിയ തണുത്തകാറ്റിൽ അവളുടെ ചെമ്പിച്ച മുടിച്ചുരുളുകൾ അനുസരണയില്ലാതെ മുഖത്തേക്ക് പാറി വീഴുകയായിരുന്നു. അത് ശ്രദ്ധിച്ചുകൊണ്ട് പ്രൊഫ. ഡേവിഡ് തോമസ് ശബ്ദം താഴ്ത്തി പറഞ്ഞു. "ക്ഷമിക്കൂ കുട്ടീ, ക്ഷമിക്കൂ. നിങ്ങൾ പറഞ്ഞ ഓരോ വാചകവും ഞാനെന്റെ മനസ്സിൽ സൂക്ഷിക്കുകയാണ്." രേഷ്മാകിരൺ അപ്പോൾ അനുസരണയില്ലാത്ത മുടിച്ചുരുളുകളെ വശങ്ങളിലേക്ക് ഒതുക്കി വളരെ സൗഹൃദത്തോടെ പ്രൊഫ. ഡേവിഡ് തോമസിന്റെ മുഖത്തേക്ക് നോക്കി മെല്ലെ പറഞ്ഞു. "എന്റെ വിമർശനങ്ങൾ നിങ്ങളോട് നേരിട്ട് പറയണമെന്നത് എന്റെ അടങ്ങാത്ത ആവശ്യമായിരുന്നു. ഇപ്പോഴത് കഴിഞ്ഞു. ഇനി നിങ്ങളോട് എനിക്കൊരു ശത്രുതയുമില്ല. ഈ ചായ ഒരുമിച്ചിരുന്നു കുടിച്ച

ശേഷം നമ്മൾ പിരിയുന്നു. ഞാൻ നിങ്ങളുടെ സുഹൃത്തല്ല അപ്പോഴും." ഡേവിഡ് തോമസ് അതിനുത്തരമായിട്ടല്ലാതെ തന്നെ പറഞ്ഞു. "നിങ്ങൾ അധികം വിമർശനങ്ങൾ പറഞ്ഞിട്ടില്ല. അനുരാധയെ വെറും ഒരു പാവം വീട്ടമ്മയായി ചിത്രീകരിച്ചതിലുള്ള ദേഷ്യമാണ് പറഞ്ഞത്. മറ്റെന്തെങ്കിലും.........?" രേഷ്മാകിരൺ പെട്ടെന്നുതന്നെ സ്വരമുയർത്തി. "ഉണ്ട്, ഉണ്ട് ഇനിയും പറയാനുണ്ട്. ആ പുസ്തകത്തെക്കുറിച്ചുള്ള റിവ്യൂസ് എത്ര മഹത്തരമായിരുന്നു. ഇത്തരം റിവ്യൂസ് വായനക്കാരെ വഴിതെറ്റിക്കുകയാണ്, ആർക്കുവേണ്ടിയാണ് അവർ ഇങ്ങനെയൊക്കെ മഹാമണ്ടത്തരങ്ങൾ എഴുതി വിടുന്നത്. നോവലിന്റെ അവസാനംപോലും അനുരാധയ്ക്ക് നിങ്ങൾ ഒരു മോചനം നല്കുന്നില്ല. രാജ്യം സങ്കീർണ്ണതയിലൂടെ കടന്നുപോകുമ്പോൾ അനുരാധ എത്ര സ്വസ്ഥമായിട്ടാണ് ടി വി ചാനലുകളിലെ കണ്ണീർ സീരിയലുകളിലൂടെ യഥേഷ്ടം സഞ്ചരിച്ചുകൊണ്ടിരിക്കുന്നത്. സ്ത്രീ, യഥാർത്ഥത്തിൽ നിങ്ങളുടെ ചിന്താഗതിയിലുള്ള സ്ത്രീകളല്ല. അനുരാധയ്ക്ക് ഉറക്കമുണർന്നാൽ എന്തുകൊണ്ട് വായനാമുറിയിലേക്ക് കടക്കാൻ കഴിയുന്നില്ല. അവിടെയുള്ള പുസ്തകങ്ങളിൽ ഇഷ്ടപ്പെട്ടതിനെ തെരഞ്ഞെടുക്കാൻ തോന്നുന്നില്ല. പുലർകാല മനോഹാരിതയിലേക്ക് ഉറ്റുനോക്കി, അക്ഷരങ്ങളെ പ്രണയിക്കുന്ന, ഒരു സ്ത്രീയായി എന്തുകൊണ്ട് അനുരാധയെ മാറ്റിക്കൂടാ?" രേഷ്മാകിരണിലൂടെ അമർഷത്തിന്റെ നുരഞ്ഞു പൊന്തൽ വീണ്ടുമുയരുന്നതുകണ്ടപ്പോൾ, അവരെ തണുപ്പിക്കാനെന്നവണ്ണം പ്രൊഫ. ഡേവിഡ് തോമസ് താഴേക്ക് ഊർന്നുവന്ന തന്റെ കറുത്ത കണ്ണട മുകളിലേക്ക് കയറ്റിവച്ച്, മൃദുവായി പുഞ്ചിരിച്ച ശേഷം പറഞ്ഞു. "കുട്ടീ, എനിക്കിതൊരു പുതിയ അനുഭവമാണ്. ഞാനെഴുത്തു ലോകത്ത് കടന്നിട്ട് വർഷങ്ങൾ ഇത്രയായിട്ടും, ഒരിക്കലും ഇതുപോലൊരു വിചാരണയ്ക്ക് വിധേയനായിട്ടില്ല. പറയൂ, ഞാനെന്തു തിരുത്തലുകളായിരുന്നു ആ നോവലിൽ വരുത്തേണ്ടിയിരുന്നത്., പറയൂ." രേഷ്മയുടെ കണ്ണുകളിലെ അഗാധതയിലേക്ക് നോക്കിയായിരുന്നു ഡേവിഡ് തോമസ് അത് പറഞ്ഞത്. രേഷ്മാകിരണിനു മുന്നിലപ്പോൾ റെസ്റ്റോറന്റിലെ ശൂന്യതയായിരുന്നു. എല്ലാ ഇരിപ്പിടങ്ങളും ഒഴിഞ്ഞിരിക്കുന്നു. ആൺ പെൺ വ്യത്യാസമില്ലാതെ ഇരമ്പി വന്ന ജനമെല്ലാം എപ്പോഴോ പോയ് മറഞ്ഞിരിക്കുന്നു. അവർ ഭക്ഷണം കഴിച്ചിരുന്ന മേശകൾക്കു ചുറ്റും അപ്പോൾ ഈച്ചകൾ പാറിപ്പറക്കുന്നുണ്ടായിരുന്നു. ജനാലയിലൂടെ പുറത്തേക്ക് നോക്കിയപ്പോൾ, മുറ്റത്ത് നിരന്നുകിടന്നിരുന്ന വിവിധ മോഡലുകളിലുള്ള കാറുകളും അപ്രത്യക്ഷമായിരിക്കുന്നു. എങ്ങും നിശ്ശബ്ദത, ശൂന്യത. പുറത്ത് നിറയെ പൂത്തുനിന്നിരുന്ന മരത്തിലൂടെയപ്പോൾ തണുത്ത കാറ്റു വീശുന്നുണ്ടായിരുന്നു. ഹൃദയത്തിലൂടെ എന്തോ ഓർത്തതുപോലെ രേഷ്മാകിരൺ പെട്ടെന്ന് ഇരിപ്പിടം വിട്ട് എഴുന്നേല്ക്കുകയും, ഡേവിഡ് തോമസ്

എന്ന മുതിർന്ന എഴുത്തുകാരന്റെ മുഖത്തു നോക്കി ക്ഷമാപണ സ്വരത്തിൽ ഇങ്ങനെ പറയുകയും ചെയ്തു.

"സോറി സാർ, ഞാൻ സാറിനോട് അല്പം മര്യാദ വിട്ട് സംസാരിച്ചതുപോലെ തോന്നി. ക്ഷമിക്കൂ, അനുരാധ എന്ന കഥാപാത്രത്തെ ഞാനെന്റെ മനസ്സിൽനിന്ന് അന്നേരമേ ഇറക്കി വിട്ടതായിരുന്നു." രേഷ്മ അതു പറയുമ്പോൾ പുറത്തെ ഇരുളിന് കട്ടികൂടുകയായിരുന്നു.

"ഏയ് അതിൽ യാതൊരു തെറ്റുമില്ല. കുട്ടിക്ക് എന്നെ വിമർശിക്കാം. പക്ഷേ, ഒരു കാര്യം ഓർക്കുക. അത്തരമൊരു സ്ത്രീയെ ഞാനെന്റെ നോവലിൽ മാത്രമേ ഉൾപ്പെടുത്തിയിട്ടുള്ളു. എന്റെ ജീവിതത്തിൽ അത്തരമൊരു സ്ത്രീയെ എനിക്കാവശ്യമില്ല. ഒരു ചിന്താശക്തിയുള്ള സ്ത്രീയെ മാത്രമേ ഞാനെന്റെ ജീവിതത്തിൽ ചേർക്കു. അല്ലാത്ത ഒരു സുഹൃത്തിനെപ്പോലും എനിക്കാവശ്യമില്ല." പ്രൊഫ. ഡേവിഡ് തോമസ് പറഞ്ഞു നിർത്തി.

"നോക്കു സാർ, നിങ്ങൾ വീണ്ടും എന്നിൽനിന്ന് എന്തോ മറയ്ക്കുകയാണ്. സ്ത്രീകൾ ശക്തമായ ചിന്തകളുള്ളവരാകണമെന്ന് നിങ്ങൾ വാദിക്കുമ്പോൾ – എങ്ങനെ ഇത്രയും ദുർബ്ബലമായ, പ്രതികരണശേഷിയില്ലാത്ത, നൂറ്റാണ്ടുകൾക്ക് അപ്പുറമുള്ള സ്ത്രീകളെ നിങ്ങളുടെ കൃതികളിൽ കൊണ്ടുവരുന്നു." രേഷ്മാകിരൺ അമർഷത്തോടെ തന്നെയാണ് അത് പറഞ്ഞത്. ഡേവിഡ് തോമസ് എന്തെങ്കിലും മറുപടി പറയാൻ തുടങ്ങുന്നതിനു മുൻപുതന്നെ രേഷ്മാകിരൺ പറഞ്ഞു, "അനുരാധയെ ഞാൻ നഖശിഖാന്തം എതിർക്കും. മദ്യപാനിയും ദുർന്നടപ്പുകാരനുമായ ഭർത്താവിനു മുന്നിൽ സർവ്വം സഹയായി നിന്ന് അയാളുടെ തൊഴിയും തുപ്പലുമേറ്റ് വീണ്ടും അയാൾക്ക് ഭക്ഷണം പാകം ചെയ്തു കൊടുത്ത് കുടുംബത്തെ നിലനിർത്തി കൊണ്ടുപോകുന്ന അനുരാധയെ" – പറഞ്ഞു നിർത്തിയപ്പോൾ രേഷ്മ കിതയ്ക്കുന്നുണ്ടായിരുന്നു. വീണ്ടുമെന്തൊക്കെയോ ഹൃദയത്തിൽ തിളച്ചുമറിയുന്നതുപോലെ.

"പ്രിയപ്പെട്ട കുട്ടീ, ശാന്തമാകൂ. ഞാൻ പറയുന്നതു നീ ശ്രദ്ധിച്ചു കേൾക്കു. സമയം വൈകിയിരിക്കുന്നു. റെസ്റ്റോറന്റ് അടയ്ക്കാൻ സമയവുമാകുന്നുണ്ട്. എങ്കിലും നിന്നോടു ഞാൻ പറയുന്നതു കേൾക്കു. ഞാൻ പറഞ്ഞല്ലോ – അനുരാധയെന്ന സ്ത്രീയെ ഞാനൊരിക്കലും ന്യായീകരിക്കുന്നില്ല. അനുരാധ എന്റെ നോവലിൽ മാത്രമാണുള്ളത്. പക്ഷേ, കുട്ടി, നീ ഈ ലോകത്തേക്കു നോക്കു. എത്ര സ്ത്രീകളാണ് ഇപ്പോഴും ഇത്ര അടിമകളായി വീടുകളിൽ കഴിയുന്നത്. അവർക്ക് തലച്ചോറില്ലേ? ചിന്തയില്ലേ? എന്തുകൊണ്ട് കഴുതകളെപ്പോലെ അടിമപ്പണി ചെയ്യുന്നു? എന്റെ നോവലിലെ കഥാപാത്രത്തെയല്ല കുട്ടി വിമർശിക്കേണ്ടത്. ഈ ചുറ്റും കാണുന്ന പച്ച ജീവിതത്തിലെ സ്ത്രീകളെയാണ്. ഞാൻ നിന്നെ

അനുമോദിക്കുകയാണ്. എത്ര ആർജ്ജവത്തോടെയാണ് കാര്യങ്ങൾ കാണുന്നത്. ഇപ്പോൾ രാത്രി വൈകിയിരിക്കുന്നു. നീ ഭയക്കുന്നില്ല. നിന്റെ ഭവനം എത്ര അകലത്തിലാണെന്ന് എനിക്കറിയത്തുമില്ല." ഡേവിഡ് തോമസ് വളരെ ശാന്തമായാണ് പറഞ്ഞുനിർത്തിയത്. രേഷ്മാകിരൺ അപ്പോൾ വളരെ ഹാർദ്ദവമായി അദ്ദേഹത്തെ നോക്കുകയും കൈകളിൽ പിടിച്ച് ദൃഢസ്വരത്തിൽ പറയുകയും ചെയ്തു. "പ്രിയ സുഹൃത്തേ നമ്മുക്കിനിയും കാണാം. നിങ്ങളുടെ അടുത്ത നോവലിന്റെ പ്രകാശനത്തിനു വേണ്ടി ഞാൻ കാത്തിരിക്കുന്നു." രേഷ്മാകിരൺ അതും പറഞ്ഞ് ഇരിപ്പിടം വിട്ട് എഴുന്നേല്ക്കുകയും തന്റെ ചെറിയ ഹാന്റ്ബാഗ് കൈകളിൽ തൂക്കി റെസ്റ്റോറന്റിലെ വിശാലമായ ഹാളിൽ വിരിച്ചിട്ടിരുന്ന പരവതാനിയിലൂടെ പുറത്തേക്കു നടക്കുകയും ചെയ്തു. പുറത്ത് കത്തി കിടക്കുന്ന പ്രകാശങ്ങളിലൂടെ, നിറയെ പൂത്തുനില്ക്കുന്ന മരച്ചുവട്ടിലൂടെ നടന്നു മറയുന്ന രേഷ്മാകിരണിന്റെ അവസാന സ്വരവും അപ്പോൾ ഡേവിഡ് തോമസ് എന്ന എഴുത്തുകാരന്റെ കാതുകളിലുണ്ടായിരുന്നു. "പ്രിയ സുഹൃത്തേ, നമുക്കിനിയും കാണാം."താഴേക്ക് ഊർന്നു വന്ന കറുത്ത കണ്ണട മുകളിലേക്ക് കയറ്റി വച്ച് റെസ്റ്റോറന്റിന്റെ പടവുകൾ ഇറങ്ങിയപ്പോൾ ഡേവിഡ് തോമസ് എന്ന എഴുത്തുകാരന്റെ മുന്നിലൂടെ വീശിയ തണുത്ത കാറ്റിന് കാറ്റാടി മരങ്ങളുടെ ഗന്ധമായിരുന്നു.

നഗരങ്ങളുടെ മരണം

നഗരങ്ങളുടെ മരണമറിയിച്ചുകൊണ്ടുള്ള കൂട്ടമണി എവിടെ നിന്നോ മുഴങ്ങി തുടങ്ങിയിരുന്നു. നഗരത്തിന്റെ എല്ലാ വെളിച്ചങ്ങളിലൂടെയും, എല്ലാ നിഗൂഢതകളിലൂടെയും, എല്ലാ ആരവങ്ങളിലൂടെയും കൂട്ടമണിയുടെ പ്രതിദ്ധ്വനികൾ അലയടിക്കുന്നുണ്ടായിരുന്നു. സന്ധ്യാ പ്രാർത്ഥനയ്ക്ക് ദീപങ്ങൾ ജ്വലിച്ചുകൊണ്ടിരുന്ന സമസ്ത ദേവാലയങ്ങളിലും സമസ്ത മദ്യശാലകളിലും സിനിമാതിയേറ്ററുകളിലും, ക്ലബ്ബുകളിലും നഗരപ്രാന്തത്തിലുള്ള വൃത്തികെട്ട ചേരികളിലും ഒരുപോലെയായിരുന്നു ആ മണി മുഴങ്ങിക്കേട്ടത്. കൊഴുത്ത ആടുമാടുകളുടെ മാംസം വിറ്റുകൊണ്ടിരുന്ന ഇറച്ചി വ്യാപാരശാലകളിൽനിന്ന് ഭയം നിറയുന്ന കണ്ണുകളോടെ ഇറച്ചി കഷണങ്ങളും ഉപേക്ഷിച്ച് ജനം പുറത്തേക്ക്, നഗര റോഡിലേക്ക് ഒലിച്ചിറങ്ങുകയായിരുന്നു. ജീവനപ്പോഴും തുടിച്ചുനിന്നിരുന്ന പല മൃഗക്കണ്ണുകളിൽനിന്നും അപ്പോഴും രക്തം ഇറ്റിറ്റു വീഴുന്നുണ്ടായിരുന്നു, എങ്ങോട്ടേക്ക് ഒഴുകണമെന്നറിയാതെ. വില്ക്കുകയും വാങ്ങുകയും ചെയ്തുകൊണ്ടിരുന്ന സാധനങ്ങളെല്ലാം പിന്നിൽ ഉപേക്ഷിച്ച് കടകളുടെ ഷട്ടർ പോലും ഇടാൻ മറന്ന ജനവും പുറത്തേക്ക് ഒഴുകുന്നുണ്ടായിരുന്നു. മദ്യശാലകളിലെ മദ്യപന്മാർപോലും ലഹരിവിട്ട് സ്വബോധത്തിലേക്ക് തിരിച്ചുവരുകയും വീഞ്ഞ് നിറഞ്ഞ കോപ്പകളെ ഉപേക്ഷിച്ച് ആടിയുലയുന്ന കാലുകളോടെ പുറത്തേക്ക് ഇറങ്ങി ഓടുകയും ചെയ്തു.

നഗരങ്ങളിലെ സിനിമാതീയേറ്ററുകളിൽ അപ്പോൾ അടുത്ത ഷോയ്

ക്കുള്ള ടിക്കറ്റു കൊടുക്കുന്ന സമയമായിരുന്നു. റോഡുവരെ നീണ്ടുകിടന്ന ക്യൂ പെട്ടെന്ന് ചിതറുകയും ഭയത്തിന്റെ അഗ്നിനാളങ്ങളുമായി അവരെല്ലാം മുന്നിൽ കണ്ട ദിശകളിലേക്ക് മാഞ്ഞുമറയുകയും ചെയ്തു. ആ തിയേറ്ററിൽ അപ്പോൾ ഓടിക്കൊണ്ടിരുന്ന ഇംഗ്ലീഷ് പടം ലോകാവസാനത്തെ പ്രവചിക്കുന്നതിന്റേതായിരുന്നു. ആരും പ്രതീക്ഷിക്കാത്ത സമയത്ത് ആകാശത്തുനിന്ന് തീമഴ പെയ്യാൻ തുടങ്ങുകയും ഒടുവിൽ ആകാശംതന്നെ ഒരു തീഗോളമായി ഭൂമിയിലേക്ക് അടർന്നുവീഴുന്നതിന്റേതുമായിരുന്നു ആ സിനിമ. സിനിമയുടെ അവസാനം ഭൂമി ഇരുൾ മൂടിയ ഒരു ഗ്രഹമായി മാറുകയായിരുന്നു, ജീവന്റെ ഒരംശവും അവശേഷിപ്പിക്കാതെ. ആ കൊടും അന്ധകാരത്തിലൂടെ തലങ്ങും വിലങ്ങും ആഞ്ഞു വീശുന്ന കൊടുങ്കാറ്റുകളുടെ ഘോരശബ്ദത്തെ മുഴക്കികേൾപ്പിച്ചുകൊണ്ടാണ് ആ ചിത്രം അവസാനിക്കുന്നത്. പ്രദർശനം ആരംഭിച്ച ദിവസം മുതൽ തകർപ്പൻ വിജയത്തോടെയായിരുന്നു ആ ചിത്രം ഓടിക്കൊണ്ടിരുന്നത്. ചിത്രത്തിന്റെ ഇടവേളയ്ക്കു ശേഷമുള്ള ഭാഗങ്ങളിലായിരുന്നു ഭൂമിയുടെ അവസാനത്തെ വളരെ കൃത്യമായി അടയാളപ്പെടുത്തിയിരുന്നത്. ചിത്രം കണ്ടിരുന്നവർ പലരും അപ്പോൾത്തന്നെ തിയേറ്റർ വിട്ടിറങ്ങുകയും അലറി വിളിച്ച് ഭ്രാന്തുബാധിച്ചവരെപ്പോലെ തങ്ങളുടെ പ്രിയപ്പെട്ടവരെത്തേടിപ്പോകുകയും ചെയ്തു. അവരുടെ കാതുകളിലേക്കും നഗരത്തിന്റെ മരണമണി ഇടതടവില്ലാതെ മുഴങ്ങുന്നുണ്ടായിരുന്നു.

നഗരചേരികൾക്ക് മുഖമില്ലായിരുന്നു, വൃത്തികേടിന്റെയല്ലാതെ. ആ വൃത്തിയില്ലാത്ത പുറമ്പോക്കുകളിലെ പച്ചമനുഷ്യർ അന്യോന്യം തെറി പറയുകയും അടിപിടികൂടുകയും അടുത്ത നിമിഷം എല്ലാം മറന്ന് കൂട്ടംകൂടിയിരുന്ന് ചീട്ടുകളിക്കുകയും ബീഡിവലിക്കുകയും ചില സമയങ്ങളിൽ അർത്ഥമില്ലാതെ, ഉറക്കെ ഉറക്കെ പൊട്ടിച്ചിരിക്കുകയും ചെയ്തുകൊണ്ടിരുന്നു. അവരുടെ കാതുകളെ തുളച്ചുകൊണ്ടും നഗരങ്ങളുടെ മരണമറിയിച്ചുകൊണ്ടുമുള്ള കൂട്ടമണി ഒഴുകിയെത്തിയിരുന്നു. അവരും അപ്പോൾ ഭയം കത്തിനില്ക്കുന്ന കണ്ണുകളോടെ, ഒഴിഞ്ഞ കൈകളോടെ, ജീർണ്ണിക്കാൻ തുടങ്ങിയ തകരവാതിലുകൾ തുറന്ന് പുറത്തേക്കിറങ്ങുകയും, പൊട്ടിപ്പൊളിഞ്ഞ ഓടയിൽനിന്ന് വമിക്കുന്ന അഴുക്കുജലംപോലെ റോഡിലൂടെ കരകവിഞ്ഞൊഴുകുകയും ചെയ്തു.

നൂറ്റാണ്ടുകളുടെ ഹൃദയസാന്ത്വനങ്ങളിലൂടെ, അനുനിമിഷം ഉയരത്തിലേക്ക് കുതിക്കാൻ വെമ്പിനിന്നിരുന്ന നഗരങ്ങളുടെ തലച്ചോറിലേക്ക്, ഹൃദയത്തിലേക്ക്, രക്തക്കുഴലുകളിലേക്ക് തകർച്ചയുടെ വാളിരമ്പങ്ങൾ വലിച്ചെറിയുന്നത് ആരെന്നറിയാതെ, ഓരോനിമിഷവും നഗരജീവിതങ്ങൾ ആർത്തുലയുകയായിരുന്നു ജീവനുവേണ്ടി. പൊട്ടിത്തകർച്ചയുടെ ഇരമ്പ

ങ്ങളുടെ നിർത്താത്ത ഗർജ്ജനങ്ങൾ അപ്പോഴും അജ്ഞാതങ്ങളിൽ മുഴങ്ങുന്നുണ്ടായിരുന്നു.

നഗരങ്ങളിലെ ഭ്രാന്തന്മാരും ഭിക്ഷാടകരും അപ്പോൾ അഴുക്കുപിടിച്ച കടത്തിണ്ണകളിലോ, ബസ്സ്റ്റാന്റുകളിലോ കീറത്തുണികളിൽ തണുത്ത് വിറച്ച് ചുരുണ്ടുകൂടുകയും സ്വപ്നങ്ങളിലൂടെ സ്വർഗ്ഗരാജ്യങ്ങളിൽ വിരാജിക്കുകയും ചെയ്തു. ആ സ്വർഗ്ഗരാജ്യങ്ങളിൽ അവർക്ക് തിളങ്ങുന്ന കുപ്പായങ്ങളുണ്ടായിരുന്നു. മിനുമിനുത്ത വാഹനങ്ങളുണ്ടായിരുന്നു, ചായം തേച്ച് മോടിപിടിപ്പിച്ച വീടുകളുമുണ്ടായിരുന്നു. അവരതിന്റെ മാസ്മരിക ലഹരികളിലൂടെ ജീവിതത്തെ നേരിൽക്കണ്ടുകൊണ്ടിരുന്നപ്പോഴാണ് അശനിപാതം പിടിച്ച ആ നാശത്തിന്റെ കൂട്ടമണികൾ എവിടെ നിന്നൊക്കെയോ മുഴങ്ങിക്കേട്ടത്. എല്ലാ ഭിക്ഷക്കാരും ഭ്രാന്തന്മാരും ആർഭാടങ്ങളിൽനിന്ന് ചാടിയെഴുന്നേല്ക്കുകയും എവിടേക്കെന്നില്ലാതെ വിറളിപൂണ്ട് ഓടാൻ തുടങ്ങുകയുംചെയ്തു. നഗരറോഡുകൾ അപ്പോൾ നിറഞ്ഞു കവിയുകയായിരുന്നു, പട്ടികളെയും ഭ്രാന്തന്മാരെയും ഭിക്ഷക്കാരെയുംകൊണ്ട്. നഗരത്തിലെ എല്ലാ ഭ്രാന്തന്മാരുടെയും തെരുവുതെണ്ടികളുടെയും നായ്ക്കളുടെയും മാത്രമല്ല, എല്ലാ ഗോപുരവാസികളുടെയും എല്ലാ കൊട്ടാര ശില്പികളുടെയും എല്ലാ ദൈവങ്ങളുടെയും ജഡങ്ങൾ ഒന്നുപോലെ ചീഞ്ഞളിയുകയും അവയെല്ലാം, ലോകാവസാനത്തിലേക്കും നീണ്ടുനില്ക്കുന്ന ഒരു ദുർഗ്ഗന്ധം അവിടെ അവശേഷിപ്പിക്കുകയും ചെയ്തു. അപ്പോഴും കൂട്ടമണികൾ മുഴങ്ങുന്നുണ്ടായിരുന്നു, മറ്റേതോ ലോകത്തു നിന്നെന്നപോലെ. നഗരത്തിലെ എല്ലാ മദ്യശാലകളും എല്ലാ ഇറച്ചിക്കടകളും, എല്ലാ ഭക്തിശാലകളും ഒരുപോലെ തകർന്നടിയുകയും അവയുടെ ചീഞ്ഞഗന്ധം ഒരേ ദുർഗ്ഗന്ധം തന്നെ പ്രസരിപ്പിക്കുകയും ചെയ്തു. നഗരഹൃദയങ്ങളിൽ പ്രതിഷ്ഠിക്കപ്പെട്ടിരുന്ന മെഴുകു പ്രതിമകൾക്കുള്ളിലൂടെയും ആയിരം തീനാമ്പുകൾ ഒന്നിച്ചു ജ്വലിക്കാൻ തുടങ്ങുകയും, ആ ജ്വലനത്തിന്റെ തീക്ഷ്ണതയിലൂടെ മറ്റേതോ അഗ്നിപ്രവാഹത്തിൽ അകപ്പെട്ടതുപോലെ അവ നഗരമദ്ധ്യങ്ങളിൽനിന്ന് വിറയ്ക്കാൻ തുടങ്ങുകയും ചെയ്തു. അവയുടെ കണ്ണുകൾ അപ്പോൾ അറിയാതെ ചൂഴ്ന്നെറിയപ്പെടുന്നുണ്ടായിരുന്നു. തലയോട്ടികളിലൂടെ, ദിഗന്ധങ്ങൾ മുഴങ്ങുമാറ് ഘോരശബ്ദങ്ങൾ അലയടിച്ചുയരാൻ തുടങ്ങുകയും ചെയ്തു. ആയിരം പ്രതിമകളുടെ അലറിക്കരച്ചിലുകൾ ഗതികിട്ടാത്ത ആത്മാക്കളെപ്പോലെ നഗരമദ്ധ്യങ്ങളിലെ ജനവെള്ളപ്പാച്ചിലിനിടയിലൂടെ ആടിയുലഞ്ഞ് ഉയരുന്നുണ്ടായിരുന്നു.

അപ്പോഴും ചില്ലുകൊട്ടാര വാതിലുകൾ ഒന്നൊഴിയാതെ തകർന്നടിയുകയും അവയെല്ലാം ഹൃദയം പൊട്ടിത്തകർന്ന നഗരറോഡുകളിലേക്ക് ആഞ്ഞുപതിക്കുകയും ചെയ്തു. കാലത്തിന്റെ മാറിൽ രേഖപ്പെടുത്താൻ

സമയവും അപ്പോൾ അവശേഷിച്ചിരുന്നില്ല. എവിടെയോ നിശ്ചലം നിന്നുപോയ സമയമാപിനികളും പൊട്ടിത്തകർന്ന് താഴേക്ക് പതിക്കുന്നുണ്ടായിരുന്നു.

നഗരത്തിന്റെ മരണം അങ്ങനെ സംഭവിച്ചുകൊണ്ടേയിരിക്കുകയായിരുന്നു. വീണുതകർന്ന കൂടാരങ്ങൾക്കടിയിൽനിന്ന് ജീവന്റെ തുടിപ്പുകൾ കൂണുകൾപോലെ തലയുയർത്തുകയും അവയെല്ലാം നിസ്സഹായരായി നിശ്ശബ്ദം കാലത്തിന്റെ അഗാധതയിലേക്ക് വീണുമറയുകയും ചെയ്തു. തകർന്ന നഗരങ്ങളിലെ ആകാശവും അപ്പോൾ വരണ്ടതും വിണ്ടുകീറിയതുമായിരുന്നു. നരച്ച മേഘപാളികൾക്കിടയിലൂടെ വട്ടം ചുറ്റിയ യന്ത്രവിമാനങ്ങൾക്ക് അപ്പോൾ ദിശ തെറ്റുകയും അവ ഏതൊക്കെയോ കൊടും തണുപ്പിലോ പാറക്കൂട്ടങ്ങളിലോ വീണുതകരുകയും ചെയ്തു. അപ്പോഴും നഗരപ്രാന്തങ്ങളിലെ എല്ലാ ദിക്കുകളിൽനിന്നും ഘോരഘോരം കൂട്ടമണികൾ മുഴങ്ങുന്നുണ്ടായിരുന്നു. കടലുകളും അപ്പോൾ ആർത്തിരമ്പുകയായിരുന്നു, നഗരങ്ങളെ വാരി വിഴുങ്ങാൻ.

ഏതോ ഒരുനിമിഷം മുതൽ നഗരങ്ങളിൽ അപ്പോൾ മഴ പെയ്യാനും കാറ്റ് ആഞ്ഞുവീശാനും തുടങ്ങിയിരുന്നു. എല്ലാം തച്ചുടയ്ക്കുന്ന, തകർക്കുന്ന മഴ, കാറ്റ്. എല്ലാ ജനൽപ്പാളികളെയും കാറ്റ് ഇളക്കിമറിക്കുകയും നഗരത്തിലെ നൂറ്റാണ്ടുകൾ പഴക്കംചെന്ന ഭിത്തികളെപ്പോലും അനായാസേന തച്ചുടച്ച് ദൂരേക്ക് വലിച്ചെറിയുകയും ചെയ്തു. ആ രാത്രി മുഴുവൻ മഴയുടെയും കാറ്റിന്റെയും മാത്രമായിരുന്നു. ചെകുത്താന്മാരും വേട്ടനായ്ക്കളും ഒരുപോലെ താണ്ഡവം ചെയ്ത രാത്രി. ആ രാത്രിമഴയിലൂടെയും എവിടെയൊക്കയോ കൂട്ടമണികൾ അലമുറയിടുന്നുണ്ടായിരുന്നു. എല്ലാ വെളിച്ചവും അപ്പോൾ ഒരുപോലെ കെട്ടടങ്ങുകയും എല്ലാ തൊങ്ങലുകളോടുംകൂടി നഗരങ്ങൾ മരിക്കാൻ തുടങ്ങുകയും ചെയ്തു.

ഇരുണ്ട ആകാശത്തിന്റെ അതിരുകളില്ലാത്ത അനന്തതയിലേക്ക് നഗരവൃക്ഷങ്ങളിൽനിന്നും കൂടുവിട്ട പക്ഷികൾ തളർന്ന ചിറകുകളുമായി പറന്നകലുന്നുണ്ടായിരുന്നു. നഗരപ്രാന്തങ്ങൾക്കരികിലെ ഓടകളിൽ കിടന്ന മലിനജലം തിളച്ചു പൊന്തുകയും ഏതൊക്കെയോ വിടവുകളിൽക്കൂടി പുറത്തേക്ക് വമിക്കുകയും ചെയ്തു. അപ്പോൾ വീശാൻ തുടങ്ങിയ പടിഞ്ഞാറൻ കാറ്റിലൂടെ നഗരത്തിന്റെ മേലാപ്പുകൾ ഒന്നൊഴിയാതെ അടർന്നുവീണു. എല്ലാ ചില്ലുവച്ച കൊട്ടാരങ്ങളിൽനിന്നും അടർന്നുവീണ ചായക്കൂട്ടുകൾകൊണ്ട് നഗരറോഡുകൾ നിറയുകയും അവയെല്ലാം ഏതോ ചരിത്രത്താളുകളിൽ വീണുകിടക്കുന്ന കഥയില്ലായ്മകളായി പരിണമിക്കുകയും ചെയ്തു. എവിടെനിന്നോ ഉയരുന്ന ആരവങ്ങളിലൂടെ, ആർത്തനാദങ്ങളിലൂടെ നഗരങ്ങളുടെ ഹൃദയത്തുടിപ്പുകൾ ദുർബ്ബലമായി

ക്കൊണ്ടിരിക്കുകയും അവയുടെ ഒടുങ്ങാത്ത തേങ്ങൽകൊണ്ട് ആകാശവും ഭൂമിയും ഒരുപോലെ നിറഞ്ഞുകവിയുകയും ചെയ്തു. ഇരുണ്ട ആകാശത്തിനു താഴെ നഗരഭൂമിക്ക് അപ്പോൾ സമയകാല ബോധമില്ലായിരുന്നു. ഇരുളടഞ്ഞ വഴികളിൽ അപ്പോൾ കട്ടപിടിച്ചു നിന്നിരുന്നത് മരണത്തിന്റെ ഗന്ധങ്ങൾ മാത്രമായിരുന്നു. എല്ലാ ഗോപുരവാതിലുകളിൽനിന്നും, നക്ഷത്രശോഭയിൽ വെട്ടിത്തിളങ്ങിനിന്നിരുന്ന കൊച്ചുമനുഷ്യർ കൂട്ടത്തോടെ അപ്രത്യക്ഷമാകുകയും അവരെല്ലാം ഇരുണ്ട വഴികളിൽ ഊർദ്ധശ്വാസം വലിച്ചുകിടക്കുകയും ചെയ്തു. സമയകാലബോധമില്ലാതെ ഇരുളിലാണ്ടുപോയ നഗര പ്രാന്തങ്ങളിൽനിന്ന് നിറയെ കായ്ച്ചുനിന്ന മരങ്ങൾ ഒന്നൊഴിയാതെ ആർത്തനാദത്തോടെ നിലംപതിക്കുകയും അവയിൽനിന്ന് കൂടുവിട്ട് മുകളിലേക്ക് പറന്ന കൂറ്റൻ പക്ഷികളുടെ ചിറകിൻ തുമ്പിൽക്കൂടി രക്തം തകർന്നടിയുന്ന നഗരത്തിന്റെ മാറിലേക്ക് ചിതറിത്തെറിക്കുകയും ചെയ്യുന്നുണ്ടായിരുന്നു. അപ്പോഴും വീണു തകർന്ന നഗരറോഡുകളിൽക്കൂടി നഗ്നപാദരുടെ അവസാനിക്കാത്ത ഒഴുക്ക് എവിടെ നിന്നോ മുന്നേറിക്കൊണ്ടിരുന്നു. ആഞ്ഞു വീശിക്കൊണ്ടിരുന്ന പടിഞ്ഞാറൻ കാറ്റിലൂടെ അകലങ്ങളിലേക്ക് പറന്ന കന്ന കരിമേഘങ്ങൾ എവിടെയോ വച്ച് വന്ധീകരിക്കപ്പെടുകയും ആകാശത്തിന്റെ ഒരിക്കലും അവസാനിക്കാത്ത വേദനകളായി എവിടെയോ കരിംഭൂതങ്ങളായി രൂപംമാറി നില്ക്കുകയും ചെയ്തു.

നഗരങ്ങളുടെ മരണം കൊട്ടിഘോഷിച്ചുകൊണ്ട് ആർത്തലച്ചുവന്ന കടൽവെള്ളം എല്ലാ നഗരജീവികളെയും ഒന്നൊഴിയാതെ കടലിലേക്ക് എടുത്തെറിയുകയായിരുന്നു. വീണുചിതറിയ ചില്ലുകൊട്ടാരങ്ങൾക്കിടയിലൂടെ, വീണുചിതറിയ മഹാഗോപുരങ്ങൾക്കരികിലൂടെ, വീണുടഞ്ഞ എല്ലാ നഗരമുഖങ്ങൾക്കരികിലൂടെ അവസാനിക്കാത്ത പ്രവാഹമുണ്ടായിരുന്നു, അപ്പോഴും മരിക്കാത്ത മനുഷ്യരുടെ എവിടേക്കെന്നോ എങ്ങോട്ടെന്നോ അറിയാതെ എപ്പോഴും സഞ്ചരിച്ചുകൊണ്ടേയിരിക്കുന്ന മനുഷ്യരൂപങ്ങളുടെ പ്രവാഹം. ആർത്തലച്ചുവന്ന കടൽജലത്തിന്റെ കൈകളിലൂടെ അവരും നഗരത്തിനൊപ്പം കടലഗാധതകളിലേക്ക് മുങ്ങിത്താഴുകയായിരുന്നു. നഗരങ്ങളുടെ മരണത്തെ ചൊല്ലി കലഹിച്ചുണർന്ന പക്ഷിക്കൂട്ടങ്ങൾ അകലങ്ങളിലെവിടെയോ വിഷങ്ങൾ കായ്ച്ചു നില്ക്കുന്ന മരങ്ങൾ കാണുകയും ആ വിഷപ്പടർപ്പുകളിലൂടെ ഭൂമിയും ആകാശവും കടന്നു പറക്കുകയും ചെയ്തു. വീണുതകർന്ന നഗരങ്ങളിലെ എല്ലാ വെളുത്ത തലയോട്ടികളിലും അപ്പോഴും കടൽവെള്ളം പതഞ്ഞൊഴുകുന്നുണ്ടായിരുന്നു. അടർന്നുവീണുകിടന്ന കണ്ണുകൾക്ക് രൂപമാറ്റം വരുകയും അവയെല്ലാം കടലഗാധതകളിലെവിടെയോ നക്ഷത്രങ്ങളായി വിരിയുകയും ചെയ്തു.

പടിഞ്ഞാറൻ കാറ്റിന്റെ ശക്തി അപ്പോൾ കുറഞ്ഞു തുടങ്ങുകയായിരുന്നു. ആ കാറ്റ് എല്ലാ തീരങ്ങളിലൂടെയും നഗരങ്ങളുടെ ചീഞ്ഞ ഗന്ധങ്ങളുമായി അലമുറയിട്ടലഞ്ഞു.

മരിച്ച നഗരങ്ങളുടെ കടവായിലൂടെയും മൂക്കിലൂടെയും കറുത്ത കട്ടപിടിച്ച രക്തം പുറത്തേക്ക് ഒഴുകുകയും ആ രക്തപ്പാച്ചിലിലൂടെ വീണുടഞ്ഞ ശില്പങ്ങളും നിദ്ര വിട്ടുണരാത്ത നഗരദൈവങ്ങളും ആൺപെൺ വ്യത്യാസമില്ലാതെ എവിടേക്കോ ഒഴുകി ഒലിച്ചുപോവുകയും ചെയ്തു. അപ്പോഴും രക്തം കിനിയുന്ന ചുണ്ടുകളോടെ കാട്ടുകഴുകന്മാർ എല്ലാ പ്രേതഭൂമിക്കു മുകളിലൂടെയും വട്ടം ചുറ്റുന്നുണ്ടായിരുന്നു, ചുണ്ടിലൊതുക്കിയ മാംസക്കഷണങ്ങളുമായി...

സ്വപ്നാടനങ്ങളുടെ രാത്രി

അകലെ ആ മലയോരഗ്രാമത്തിലേക്കുള്ള യാത്ര പെട്ടെന്നുള്ളതായിരുന്നു. ഒരുപക്ഷേ, അത്രയും ദീർഘമായ ഒരു യാത്രയ്ക്ക് അയാളപ്പോൾ തല്പരനായിരുന്നില്ല. രണ്ടു ദിവസത്തെ തുടർച്ചയായ കാർ യാത്ര അയാളെ ക്ഷീണിപ്പിക്കാതിരിക്കില്ല. ഭാര്യ പലവട്ടം തടഞ്ഞതുമാണ്. ഭാര്യയുടെ വാക്കുകൾക്ക് അർത്ഥമില്ലാതില്ലെന്ന് അയാൾക്കറിയാം. പക്ഷേ, – ആ ഒരുപക്ഷേയാണ് അയാളെ ജീവിതത്തിന്റെ അർത്ഥതലങ്ങളിലേക്ക് കൈപിടിച്ച് ആനയിക്കുന്നത്. ഒന്നിൽനിന്നും ഒളിച്ചോടാൻ കഴിയില്ല. എഴുപത്തിയഞ്ച് വയസ്സ് ഒരു വാർദ്ധക്യമല്ലെന്ന് മനസ്സ് പലവട്ടം സ്വയം പറഞ്ഞു. ഏറെ ദൂരെ ഒരു ദേശത്തുനിന്ന്, മലയടിവാരത്തുള്ള ഒരു ഗ്രാമത്തിൽ നിന്നാണ് അയാളെ പ്രസംഗിക്കാൻ ക്ഷണിച്ചിരുന്നത്. സംഘാടകർ വളരെ നിർബ്ബന്ധിച്ചുതന്നെ ക്ഷണിച്ചപ്പോൾ പറഞ്ഞതാണ്. “നിങ്ങൾക്ക് മറ്റാരെയെങ്കിലും ക്ഷണിച്ചുകൂടെ. ഈ വേനലിൽ ഇത്ര ദീർഘയാത്ര എന്നെ ക്ഷീണിപ്പിക്കാതിരിക്കില്ല.” സംഘാടകരുടെ അതിനുള്ള മറുപടി അയാളെ സന്തോഷിപ്പിച്ചു എന്നു പറയുന്നതാവും ശരി. “വാർദ്ധക്യം അങ്ങയെ ബാധിച്ചിട്ടേയില്ല. അത് അങ്ങയുടെ ഹൃദയത്തെയോ ശരീരത്തെയോ അല്പംപോലും ബാധിച്ചിരുന്നെങ്കിൽ ഇത്രയും ഉജ്ജ്വലമായി, ഇത്രയും പ്രണയാർദ്രമായി അങ്ങേയ്ക്ക് എഴുതാൻ കഴിയില്ല. അങ്ങയുടെ കഥകൾ ഞങ്ങൾ യുവാക്കളെ വല്ലാതെ പ്രലോഭിപ്പിക്കുകയാണ്. ഊർജ്ജസ്വലരാക്കുകയാണ്. അങ്ങയുടെ കഥകളുടെ ചുവടുപിടിച്ച് ഏത് പ്രതിസന്ധിയെയും മറികടക്കാൻ ഞങ്ങൾ പ്രാപ്തരാവുകയാണ്. തീർച്ചയായും അങ്ങ് വരണം. ഞങ്ങളുടെ അപേ

ക്ഷയാണ്. ആദ്യമായാണ് ഈ ദേശത്ത് ഇത്രയും ഉജ്ജ്വലമായൊരു സാംസ്കാരിക പരിപാടി സംഘടിപ്പിച്ചിരിക്കുന്നത്. ഇത്രയുംനാളും ഈ മണ്ണ് ഉറങ്ങുകയായിരുന്നോ എന്നുപോലും ചിന്തിക്കേണ്ടിയിരിക്കുന്നു." സംഘാടകരുടെ നിർബ്ബന്ധത്തിനു വഴങ്ങുക എന്നതിനുപരി അയാളുടെകൂടി ഒരു മോഹമായിരുന്നു, ആ വരണ്ടുണങ്ങി കിടക്കുന്ന മണ്ണിലേക്ക് ഊർജ്ജസ്വലതയുടെ നാളങ്ങളുമായി കടന്നുചെല്ലാൻ. അയാൾ തന്റെ യാത്രകൾക്ക് സ്ഥിരം വിളിക്കാറുള്ള ഡ്രൈവറെ തന്നെയാണ് ഈ യാത്രയ്ക്കും ഒപ്പംകൂട്ടിയത്. യാത്രയിലുടനീളം അയാൾ ചിന്താധീനനും നിശ്ശബ്ദനുമായിരുന്നെങ്കിലും ഹൃദയത്തിൽ ആയിരം കടലുകൾ ആർത്തിരമ്പുകയായിരുന്നു. ആ കടലിരമ്പങ്ങളിലൂടെ ജ്വലിച്ചുണരുന്ന തീനാളങ്ങൾ അയാളുടെ ഹൃദയത്തെ വല്ലാതെ ഭ്രമിപ്പിക്കുകയായിരുന്നു. ഒരേസമയം അയാളുടെ ഹൃദയം വികാര ലോലവും ജ്വലിക്കുന്ന അഗ്നിയിൽ നീറിപ്പിടയുന്നതുമായിരുന്നു. ദീർഘദൂരയാത്രകൾ പലപ്പോഴുമയാളെ ഭ്രമിപ്പിക്കാറെയുള്ളു. ആ യാത്രയിലും അയാൾ അങ്ങനെ തന്നെയായിരുന്നു. വരണ്ടുണങ്ങിക്കിടക്കുന്ന നെൽപ്പാടങ്ങളെയും പൂക്കളും ഇലകളുമില്ലാതെ കരിഞ്ഞുണങ്ങി നില്ക്കുന്ന മരച്ചില്ലകളെയും അവയിൽനിന്ന് പറന്നുയർന്ന് ഗതിയില്ലാതെ അലയുന്ന പക്ഷിക്കൂട്ടങ്ങളെയും അയാൾ കാറിലിരുന്ന് കാണുന്നുണ്ടായിരുന്നു. മങ്ങിമറഞ്ഞുപോകുന്ന ആ കാഴ്ചകൾ അയാളുടെ ആത്മാവിനെ കീറിമുറിക്കുന്നുണ്ടായിരുന്നു. ഒരുപക്ഷേ, ഹൃദയം നിറയെ ഒരുപാടു കാഴ്ചകൾ അയാൾ ഭദ്രമായി അടച്ചു സൂക്ഷിച്ചിട്ടുള്ളവയാണ്. പൂത്തുലയുന്ന മരച്ചില്ലകൾ, സ്വർണ്ണം വിളഞ്ഞുകിടക്കുന്ന നെൽപ്പാടങ്ങൾ, അവയിൽനിന്ന് കതിര് കൊത്തി ആകാശത്തേക്ക് പറന്നുയരുന്ന പക്ഷികൾ, പാടങ്ങൾക്ക് മുകളിലൂടെ തലങ്ങും വിലങ്ങും നൃത്തംചെയ്യുന്ന പലതരത്തിലുള്ള പൂത്തുമ്പികൾ, നിറയെ പൂത്ത കൊന്നമരങ്ങൾ, പാദസരങ്ങൾ കിലുക്കി കിലുക്കി പതഞ്ഞൊഴുകുന്ന പുഴകൾ. എല്ലാം എപ്പോഴും അയാളുടെ ഹൃദയത്തിൽ ത്തന്നെയുണ്ടെങ്കിലും കരിഞ്ഞുണങ്ങി നില്ക്കുന്ന വസന്തത്തിന്റെ നേർക്കാഴ്ചയിലേക്ക് ആണ്ടെറിയപ്പെടുമ്പോൾ അറിയാതെയെങ്കിലും ഹൃദയം മോഹിച്ചു. ഒരിക്കലൂടെ വസന്തം വന്നണഞ്ഞെങ്കിൽ, പക്ഷികൾ പാടി പറന്നിരുന്നെങ്കിൽ. ഹൃദയം നിറയെ അപ്പോൾ അറിയാത്ത നൊമ്പരങ്ങളുടെ വിങ്ങലായിരുന്നു. ഉരുണ്ടുകൂടിക്കൊണ്ടിരുന്ന കണ്ണുനീർത്തുള്ളികൾ വിരലുകൾകൊണ്ട് തുടച്ചുനീക്കുമ്പോൾ വാഹനം ഏതോ ഒഴിഞ്ഞ പ്രദേശത്തുകൂടി പോവുകയായിരുന്നു. അവിടെയും മണ്ണ് വരണ്ടുതന്നെ കിടന്നിരുന്നു. അർത്ഥമില്ലാതെ, ദിശയറിയാതെ വീശിക്കൊണ്ടിരുന്ന ഉഷ്ണക്കാറ്റല്ലാതെ മറ്റൊന്നുംതന്നെ പ്രദേശത്ത് അയാൾ കണ്ടില്ല. എപ്പോഴോ പോക്കറ്റിൽ ഫോൺ ശബ്ദിക്കുന്നുണ്ടായിരുന്നു. കാതോടു ചേർത്തുവച്ച സെൽഫോണിന്റെ അങ്ങേതലയ്ക്കൽ നിന്നുള്ള

സ്വരം അയാൾ തിരിച്ചറിഞ്ഞിരുന്നു. ഈ യോഗത്തിലേക്ക് കുറെ ദിവസങ്ങളായി തന്നെ നിരന്തരം വിളിച്ചുകൊണ്ടിരുന്ന ചെറുപ്പക്കാരന്റെ സ്വരം. "സാർ, താങ്കൾ ഇപ്പോൾ എവിടെ വരെയായി? ഒരുപക്ഷേ, ഈ ഗ്രാമത്തിൽ താങ്കൾ എത്തുമ്പോൾ അർദ്ധരാത്രി കഴിഞ്ഞേക്കും. എന്നിരുന്നാലും അങ്ങയെക്കാത്ത് ഞങ്ങൾ കവലയിൽത്തന്നെ കാണും. ഒന്നുകൊണ്ടും വിഷമിക്കരുത്. ചെറുപ്പക്കാരനോട് സ്നേഹപൂർവ്വം സംസാരിച്ചശേഷം അയാൾ വീണ്ടും തന്നിലേക്കുതന്നെ മടങ്ങുകയായിരുന്നു. ശബ്ദം കുറച്ചുവച്ചിരുന്ന മെലഡികളിൽ അയാൾ എപ്പോഴോ ഉറക്കത്തിലേക്ക് വഴുതിപോയിരുന്നു. ആത്മാവിലപ്പോഴും ആകാശത്തിന്റെയും സമുദ്രങ്ങളുടെയും ഗന്ധമുണ്ടായിരുന്നു. അവയിലൂടെയായിരുന്നു അയാൾ അപ്പോൾ സഞ്ചരിച്ചുകൊണ്ടിരുന്നത്. സമുദ്രത്തിന്റെ അഗാധതയിൽനിന്ന് ആയിരം തലയുള്ള വിഷസർപ്പങ്ങൾ അയാൾക്കുനേരെ ചീറ്റിത്തുടങ്ങുന്നുണ്ടായിരുന്നു. ആയിരം ഉൽക്കാവർഷങ്ങളും ആകാശത്തുനിന്ന് അയാൾക്കുമേൽ പതിക്കുന്നുണ്ടായിരുന്നു. വീണുപിടഞ്ഞുകൊണ്ടിരുന്ന ജീവന്റെ രോദനങ്ങളിൽ എപ്പോഴോ ഞെട്ടി ഉണർന്ന അയാൾക്കു മുമ്പിൽ സന്ധ്യ ഇരുണ്ടു. അപ്പോൾ വണ്ടി ഏതോ മലഞ്ചെരിവിലെ കയറ്റത്തിലായിരുന്നു. എപ്പോഴും മൗനമായിരുന്ന, അയാളുടെ ഏകാന്തതകളെ ഒരിക്കൽപ്പോലും ഹനിക്കാതിരുന്ന ഡ്രൈവർ മെല്ലെ പറഞ്ഞു "സാർ ഏറെനേരം ഉറങ്ങി. ഉറക്കത്തിൽ എന്തൊക്കയോ ഉച്ചത്തിൽ പറയുന്നതും കേട്ടു." മറുപടിയൊന്നും പറഞ്ഞില്ല, വെറുതെ ഒന്നു ചിരിച്ചതല്ലാതെ. ആ നിശ്ശബ്ദ ചിരി വണ്ടിയോടിക്കുന്ന ഡ്രൈവറിലേക്ക് എത്തില്ലെന്ന് അറിയാമായിരുന്നെങ്കിലും അങ്ങനെയേ ചെയ്തുള്ളു. പലപ്പോഴും അയാൾ അങ്ങനെതന്നെയാണ്, ഹൃദയം നിറയെ വേദനകൾ മാത്രം. എന്തിനെന്നോ ഏതിനെന്നോ അറിയാത്ത മൗനനൊമ്പരങ്ങൾ. അവ അയാളെ അനുനിമിഷം കാർന്നുതിന്നുമ്പോൾ സ്വയം ചോദിച്ചുപോകാറുണ്ട് "ഞാൻ ആരാണ്? എന്റെ ജന്മം എന്തിനാണ്.? ഈ വേദനകൾക്ക് എന്ത് പേരാണ്?" എല്ലാം സ്വയം ചോദിക്കുന്നതായതുകൊണ്ട് ഒന്നിനും എവിടെനിന്നും ഉത്തരവും കിട്ടിയിരുന്നില്ല.

പുറത്ത് സന്ധ്യ ഇരുളുകയായിരുന്നു. എവിടെനിന്നോ കൂട്ടത്തോടെ പറന്നെത്തിയ കടവാവലുകൾ ആകാശമദ്ധ്യത്തിലൂടെ എങ്ങോട്ടോ പോയിമറയുന്നതുകണ്ടു. സന്ധ്യയുടെ അരണ്ട വെളിച്ചത്തിലൂടെ അവ മറ്റേതോ ലോകത്തേക്കു പറക്കുകയാണെന്ന് തോന്നി. വഴിയോരങ്ങളിൽ പൂത്തുലഞ്ഞുനില്ക്കുന്ന വാകപ്പൂമരങ്ങളെയും അയാൾ ആദ്യം കാണുന്നതുപോലെ കാണുന്നുണ്ടായിരുന്നു. ആകാശത്തിനു താഴെ ചുവന്ന പട്ടുചേല വിരിച്ചതുപോല നിറയെപൂത്ത വാകമരങ്ങളിലൂടെ കാറ്റ് തെന്നിയടിച്ചു. അയാളുടെ ഹൃദയത്തിലപ്പോൾ ചുവന്ന പൂക്കൾക്ക് ഒരായിരം അഭിവാദ്യങ്ങളുണ്ടായിരുന്നു. പടിഞ്ഞാറൻ ആകാശത്ത് രക്തക്കളം

സൃഷ്ടിച്ചുകൊണ്ട് സൂര്യൻ ഒരിക്കലൂടെ എങ്ങോട്ടോ പോയ് മറയുന്നത് വിദൂരമായി കണ്ടുകൊണ്ടയാൾ സ്വയം ചോദിക്കുകയായിരുന്നു, അഥവാ പറയുകയായിരുന്നു. ഒരു രാത്രികൂടി വന്നണയുകയാണ്, കാലത്തിന്റെ അഗാധതയിലേക്ക് വീണുമറയാൻ. ഡ്രൈവർ വളരെ ശ്രദ്ധിച്ചുകൊണ്ടു തന്നെയായിരുന്നു മലഞ്ചെരുവിലൂടെ ഡ്രൈവ് ചെയ്തത്.

രാത്രിയുടെ ഏതോ ഏകാന്തമായ യാമത്തിലാണ് അയാൾ ആ കവലയിൽ എത്തിയത്. ഫോണിൽ അയാളെ നിരന്തരം വിളിച്ചിരുന്ന ചെറുപ്പക്കാരൻ പറഞ്ഞതുപോലെതന്നെ കവലയിലെ തെരുവുവിളക്കിന്റെ ചുവട്ടിൽ അയാളെയും കാത്തുനില്പുണ്ടായിരുന്നു. "സാർ അങ്ങ് വിഷമിച്ചോ, ഈ സ്ഥലത്ത് എത്തിച്ചേരാൻ. ആദ്യമായാണ് നഗരത്തിൽനിന്ന് ഒരു സാംസ്കാരിക പ്രവർത്തകൻ, എഴുത്തുകാരൻ ഇവിടെ എത്തുന്നത്." അയാളോടൊപ്പം വണ്ടിയിൽ കയറിയ ചെറുപ്പക്കാരൻ വീണ്ടും വീണ്ടും സംസാരിച്ചുകൊണ്ടേയിരുന്നു. അയാൾക്കത് അല്പവും മുഷിവായി തോന്നിയതുമില്ല. അത്രമാത്രം നൈർമ്മല്യവും നിഷ്കളങ്കതയും ആ യുവാവിന്റെ വാക്കുകളിലുണ്ടായിരുന്നു. താനിത്രനാൾ രാജ്യത്തുടനീളം സാംസ്കാരിക പ്രവർത്തനങ്ങളുമായി സഞ്ചരിച്ചിട്ടുണ്ടെങ്കിലും ഇതേപോലെ ഒറ്റപ്പെട്ടുക്കിടക്കുന്ന ഒരുപ്രദേശത്ത് എത്തുന്നത് ആദ്യമായാണെന്ന് അയാൾ ഓർത്തു. "കേട്ടോ സാർ, ഈ പ്രദേശത്തെ ആളുകളുടെ പെരുമാറ്റം കണ്ടിട്ട് മറ്റൊന്നും തോന്നരുത്. അവർക്ക് കഥയും കവിതയും നാടകവും പോയിട്ട് യാതൊരു സാഹിത്യമോ സംഗീതമോ ഇല്ലാത്തവരും ജീവിതമെന്നാൽ ഭക്ഷണം കഴിക്കാനുള്ളതും പുതിയ തലമുറയെ സൃഷ്ടിക്കാനുള്ളതാണെന്നും ചിന്തിക്കുന്നവരാണ്. ഇവരുടെയിടയിലേക്ക് മാറ്റത്തിന്റെ ഒരു കാറ്റ് വീശണമെന്ന് ഞങ്ങൾ കുറച്ചു ചെറുപ്പക്കാർ തീരുമാനിച്ചതാണ്. കാരണം മറ്റൊന്നുമല്ല സാർ, ഈ പ്രദേശം വിട്ട് ഞങ്ങൾക്ക് പുറത്തേക്ക് പോകാൻ അവസരം ലഭിച്ചതാണ്. പല പ്രദേശങ്ങളിലും ഞങ്ങൾ എന്തൊക്കെയോ കണ്ടു. തെരുവ് നാടകങ്ങളും ഗാനങ്ങളുമൊക്കെ ഞങ്ങൾക്ക് പുതുമയായിരുന്നു."

ചെറുപ്പക്കാരൻ സംസാരം എവിടെയോ നിർത്തിയപ്പോൾ അയാൾ പുറത്തെ ഇരുളിലേക്ക് നോക്കി. വഴിക്കിരുവശവും ആകാശത്തേക്ക് തലയുയർത്തിനില്ക്കുന്ന മരങ്ങളുടെ ഇരുണ്ട നിഴലുകൾ കണ്ടു. താമസസൗകര്യം എവിടെയാണ് ഒരുക്കിയിരിക്കുന്നതെന്നറിയാൻ ആകാംഷയുണ്ടായിരുന്നെങ്കിലും അയാൾ മൗനമായിരുന്നതേയുള്ളു. ചെറുപ്പക്കാരൻ എപ്പോഴോ സംസാരം നിർത്തുകയും ഫോണെടുത്ത് ആരെയോ വിളിക്കുകയും ചെയ്തു. "കേട്ടോ സാർ ഇനി അധികദൂരമില്ല, ഒരു വളവ് തിരിഞ്ഞാൽ മതി. അവിടെയൊരു ചെറിയ വീട്ടിലാണ് സാറിന് തങ്ങാൻ സൗകര്യം ഒരുക്കിയിട്ടുള്ളത്. ആൾതാമസമില്ലാത്ത വീടാണ്. സാറിനു വേണ്ടി ഒരു മുറി നന്നായി ഒരുക്കിയിട്ടുണ്ട്." അയാൾ പറഞ്ഞത് ശരി

യായിരുന്നു. വണ്ടി ഒരു വളവ് കഴിഞ്ഞ് നിർത്തിയത് ഒറ്റപ്പെട്ടു നില്ക്കുന്ന ഒരു വെള്ളപൂശിയ വീടിനു മുന്നിലാണ്. ചെറുപ്പക്കാരൻ പറഞ്ഞതുപോലെതന്നെ അയാൾക്കുവേണ്ടിയുള്ള മുറി വൃത്തിയായി ഒരുക്കിയിരുന്നു. "സാർ, അപ്പോൾ നാളെക്കാണാം. രാവിലെ പത്തുമണിക്കാണ് സാംസ്കാരിക സമ്മേളനം. ഞാൻ, വന്ന് സാറിനെ കൂട്ടിക്കൊള്ളാം. നമ്മൾ ആദ്യം കണ്ട ആ കവലയ്ക്കടുത്താണ് സമ്മേളന സ്ഥലം ഒരുക്കിയിരിക്കുന്നത്." യാത്ര പറഞ്ഞ് ഇരുളിലൂടെ നടന്നുമറഞ്ഞ ചെറുപ്പക്കാരന്റെ മുഖം ഏറെ വിനയം നിറഞ്ഞതാണെന്ന് അയാൾക്കുതോന്നി. തീർച്ചയായും അയാൾക്കു സഹതാപം തോന്നുകയായിരുന്നു, ആരോടൊക്കെയോ. എന്തുകൊണ്ടാണ് ഇത്രനാൾ ഇവിടേക്ക് പുരോഗമനം എത്തി നോക്കാത്തത്. ഒരു സാംസ്കാരിക പ്രവർത്തനവും സംഘടിപ്പിക്കപ്പെടാതിരുന്നത്? സ്വയം അത് ചോദിച്ചുകൊണ്ടാണ് അയാൾ ഉറങ്ങാൻ കിടന്നത്. പുറത്ത് എപ്പോഴൊക്കെയോ രാപ്പാടികളുടെ ശബ്ദം കേട്ടു. ചീവീടുകൾ ചിലയ്ക്കുന്നതു കേട്ടു. അകലെ എവിടെ നിന്നോ കാട്ടരുവികളുടെ ചിലമ്പൊലികളും കേട്ടു. ഒരുപക്ഷേ, അപ്പോൾ അയാളുടെ ഹൃദയത്തിൽ അറിയാതെ ഏതോ രാഗങ്ങൾ ഉണരുകയായിരുന്നു. തുറന്നുവച്ച ജനാലയിൽക്കൂടി, ഇരുളിലൂടെ കാറ്റ് അയാളെ തേടിവന്നു. ആ കാറ്റ് നിറയെ എവിടെയോ പൂത്തുലഞ്ഞുനില്ക്കുന്ന പാലപ്പൂക്കളുടെ ഗന്ധമായിരുന്നു. അയാളുടെ ഹൃദയമപ്പോൾ എന്തിനോവേണ്ടി കൊതിച്ചു. ആരോടും പറഞ്ഞു ബോദ്ധ്യപ്പെടുത്താൻ കഴിയാത്ത എന്തിനോവേണ്ടി. ആ കാറ്റ് അത്രമാത്രം ഉന്മാദവും ഉദാരവുമാണെന്ന് അയാൾക്ക് തോന്നി. കഴിഞ്ഞുപോയ ജീവിതത്തിന്റെ ഏതോ വഴിത്താരകളിലൊക്കെ അയാളെ തൊട്ടുതലോടി പ്രലോഭിപ്പിച്ചിരുന്ന ഏതോ മാദകഗന്ധം ആ കാറ്റിലൂടെ അയാളെ തേടിയെത്തുന്നുണ്ടായിരുന്നു. അടച്ചുഭദ്രമാക്കിയ വാതിൽ തുറന്ന് പുറത്തേക്കിറങ്ങിയപ്പോൾ, നിലാവിൽ മയങ്ങി ആലസ്യത്തോടെ നിവർന്നുകിടക്കുന്ന ഒരു പുഴയെ അയാൾ അധികം ദൂരെയല്ലാതെ കണ്ടു. വികാര തരളിതയായി ഒഴുകുന്ന പുഴയ്ക്കരുകിൽ നിശ്ചലം നില്ക്കുന്ന പൂത്തമരങ്ങളെയും, ആ മരങ്ങളിൽനിന്ന് ഊളിയിട്ടുണരുന്ന കാറ്റിനെയും അയാൾ കണ്ടു. അയാളുടെ ശരീരത്തിന്റെ ഓരോ അണുവിലുമപ്പോൾ ഉന്മാദങ്ങൾ ഉണരുന്നുണ്ടായിരുന്നു. നിറഞ്ഞ നിലാവിൽ തലയുയർത്തി നില്ക്കുന്ന നീളൻ മരങ്ങളിൽനിന്ന് കാറ്റ് അപ്പോൾ പെയ്തൊഴുകുകയായിരുന്നു. രാത്രിയുടെ ഏകാന്തതയിൽ ഒറ്റപ്പെട്ടുപോയ ഏതോ ഒരു പക്ഷിയുടെ ആർദ്രമായ സ്വരം ഇരുളിലൂടെ ഒഴുകിവരുന്നത് അയാളറിഞ്ഞു. ആ പക്ഷിയുടെ ആത്മാവിലൂടെ ഒരായിരം തേങ്ങൽ ഭൂമി നിറയുന്നതായും ആ തേങ്ങലിൽ ഭൂമിയുടെ മിഴികൾ നിറഞ്ഞുതുളുമ്പുന്നതായും അയാൾക്കു തോന്നി. അയാൾ നടക്കുകയായിരുന്നു വീണ്ടും വീണ്ടും. രാത്രി ഒരു മഹാകടലായി അയാൾക്കുമുന്നിൽ നീണ്ടു നിവർന്നു

കിടന്നു. മരങ്ങളിലൂടെ പെയ്തൊഴുകിയ കാറ്റുകൾ, ആ മഹാകടലിലെ അവസാനിക്കാത്ത തിരമാലകളായി അയാൾക്കുചുറ്റും അലയടിച്ചു. വഴി അപ്പോൾ എവിടെയോ അവസാനിക്കുകയും അയാൾക്കുമുന്നിൽ ഒരു പുഴ നിറഞ്ഞൊഴുകുകയും ചെയ്തു. അയാളുടെ ഹൃദയത്തിലപ്പോൾ ആയിരം സ്വപ്നങ്ങൾ പൊട്ടിയുണരുകയും അയാളാപുഴയിലേക്ക് മെല്ലെ മെല്ലെ, വളരെ മെല്ലെ ഇറങ്ങി നില്ക്കുകയും ചെയ്തു. അപ്പോഴാ പുഴയിലെ വെള്ളം താഴ്ന്ന ഊഷ്മാവിലായിരുന്നു. തണുത്തുറഞ്ഞു കിടന്ന ആ വെള്ളത്തിൽ നിന്നുകൊണ്ട് അയാൾ ആകാശത്തിലേക്ക് നോക്കി. ആകാശത്തുനിന്ന് ദേവനർത്തകികൾ അപ്പോൾ പുഴയിലേക്ക് ഇറങ്ങി വരുകയായിരുന്നു. അയാളുടെ കാതുകളിലപ്പോൾ ഗാന സമുദ്രങ്ങളായിരുന്നു അലയടിച്ചുയർന്നത്. ആ ഗാന സമുദ്രങ്ങളിലൂടെ ഹൃദയത്തിൽ പൂത്തുമ്പികൾ പറന്നെത്തുകയും പൂനിലാവുകൾ ഇതൾ വിടർത്തി ഉലാത്തുകയും ചെയ്തു. അയാളുടെ ആത്മാവിലപ്പോൾ ആയിരം കാട്ടുനാരകപ്പൂക്കൾ ഒന്നിച്ചുവിടരുകയും അവയിൽ നിന്നൂറുന്ന മാദക ഗന്ധത്തിലൂടെ അയാൾ ഒഴുകിപ്പോവുകയും ചെയ്തു. രാത്രിക്കപ്പോൾ അവസാനമില്ലായിരുന്നു. ആത്മാവിന്റെ അകത്തളങ്ങളിലുണർന്ന പൂമരച്ചില്ലകളിൽനിന്ന് ആയിരം മാദക സ്വപ്നങ്ങളുമായി കാറ്റ് അപ്പോൾ ചിറകടിക്കുകയായിരുന്നു. ആ ചിറകടിയൊച്ചയിലൂടെ അയാൾ എപ്പോഴോ ഉറക്കത്തിന്റെ അഗാധതയിലേക്ക് വഴുതിപ്പോയിരുന്നു.

ഏതോ മരച്ചില്ലയിൽനിന്ന് ഉറക്കം വിട്ടുണർന്ന ഒരു രാപ്പക്ഷിയുടെ ആർദ്രഗാനത്തിലൂടെ അയാൾ ഉറക്കമുണർന്നപ്പോൾ ഗ്രാമത്തിൽ പുതിയ പ്രഭാതത്തിന്റെ തേരൊച്ചകളായിരുന്നു. അയാൾ കാലുകൾ നീട്ടിവലിച്ചു നടക്കുകയായിരുന്നു, രാത്രിയിലെ അഭയകേന്ദ്രത്തിലേക്ക്. പുലർന്നു തുടങ്ങുന്ന പ്രഭാതത്തിൽ പച്ചിലപടർപ്പുകൾക്കിടയിലൂടെയുള്ള വഴിയരികിൽ അയാൾ ചിരിക്കുന്ന പൂക്കളെ കണ്ടു, പറക്കുന്ന തുമ്പികളെ കണ്ടു, ആകാശത്തുനിന്ന് വീഴുന്ന മഞ്ഞുതുള്ളികളെയും കണ്ടു, അയാളുടെ ഹൃദയത്തിലപ്പോൾ പുതിയ പ്രഭാതമായിരുന്നു.

“സാർ, സാറിത് എവിടെ പോയിരുന്നു. സാറിനെ കാണാഞ്ഞിട്ട് ഞങ്ങളാകെ വിഷമിച്ചുപോയി.” മുന്നിൽ പരിഭ്രമത്തോടെ വന്നുനില്ക്കുന്ന ഡ്രൈവറെയും തലേന്നാൾക്കണ്ട ചെറുപ്പക്കാരനെയും കണ്ടപ്പോൾ അയാൾ വെറുതെ പുഞ്ചിരിച്ചു. മെല്ലെ വളരെ മെല്ലെ പറയുകയും ചെയ്തു.

“ഒന്നുമില്ലെന്നെ, ഒന്നും. ഞാനൊരു സ്വപ്നത്തിലായിരുന്നു.” അയാളുടെ ഹൃദയത്തിലപ്പോൾ അറിയാതെ വിരിഞ്ഞുതുടങ്ങിയ കവിതയിൽ ഒരായിരം പക്ഷികളുടെ ഗാനങ്ങളും, ആർത്തലച്ചുണരുന്ന പുഴയുടെ നെടുവീർപ്പുകളും, വശ്യമായി വിരിഞ്ഞ് മാദക ഗന്ധം പൊഴിക്കുന്ന നാരകപൂക്കളുടെ ഉന്മാദങ്ങളുമുണ്ടായിരുന്നു.

"സാർ, യോഗം തുടങ്ങാറായി. അധികം വൈകല്ലേ." മുന്നിലെ ചെറുപ്പക്കാരന്റെ പരിഭ്രമത്തിനു നേരെ അയാൾ പതിയെ പുഞ്ചിരിച്ചു.

ആ ദിവസം അയാളുടെ ജീവിതത്തിലെ ആദ്യദിവസംപോലെ തോന്നി. കണ്ണാടിയിൽ ആദ്യം തന്റെ മുഖം കണ്ടു. തണുത്ത വെള്ളത്തിൽ കുളിച്ചപ്പോൾ അതും ആദ്യത്തെ കുളിയായി. അയാൾ അന്ന് യോഗസ്ഥലത്ത് ഏറെ ഉന്മേഷവാനായിരുന്നു. ചുറ്റിനും എവിടെനിന്നൊക്കെയോ തണുത്ത കാറ്റ് അപ്പോഴും അയാളിലേക്ക് വീശുന്നുണ്ടായിരുന്നു. ആ കാറ്റിലൂടെ അയാൾ വീണ്ടും വീണ്ടും പ്രചോദിക്കപ്പെടുകയും ചെയ്തു. കൂട്ടംകൂടി നിന്ന ഗ്രാമവാസികൾക്കുമുന്നിൽ അയാൾ ഏറെ പ്രലോഭിപ്പിക്കപ്പെട്ട് നിർത്താതെ പ്രസംഗിക്കുകയായിരുന്നു. അവർക്കുമുന്നിൽ ചിലപ്പോൾ അയാൾ കവിതകൾ ചൊല്ലുകയോ കഥകൾ പറയുകയോ ചെയ്തു. ചിലപ്പോൾ അയാൾ നൃത്തം ചെയ്യുകയാണോയെന്നുപോലും തോന്നി. അയാൾക്കപ്പോൾ എഴുപത്തിയഞ്ചുവയസ്സായിരുന്നില്ല. വെറും ഇരുപത്തിയഞ്ചോ അതിൽ താഴെയോ. കഴിഞ്ഞുപോയതുനിലാവൊഴുകിയ രാത്രി അത്രമാത്രം അയാളെ നവീകരിക്കുകയായിരുന്നു. ആ രാത്രിയുടെ ഉന്മാദത്തിലായിരുന്നു അയാൾ നിർത്താതെ കവിതകൾ ചൊല്ലിയതും കഥകൾ പറഞ്ഞതും.

മടങ്ങാൻ നേരം അയാൾക്കുചുറ്റുംകൂടിയ ഗ്രാമവാസികൾ അയാൾക്കുനേരെ കൈകൂപ്പി. അയാളെ സ്വീകരിക്കാനെത്തിയ ചെറുപ്പക്കാരൻ അയാളുടെ മുന്നിൽ വിനയാന്വിതനായി നിന്നുകൊണ്ട് ദൃഢമെങ്കിലും ശബ്ദം താഴ്ത്തി പറഞ്ഞു. "സാർ ഇത്രമാത്രം ഒറ്റപ്പെട്ട പ്രദേശത്ത് യാത്ര ചെയ്തുവന്ന് ഇത്രനല്ല പ്രസംഗം ഞങ്ങൾക്കു തന്ന അങ്ങയോട് എങ്ങനെ നന്ദിപറയണമെന്നറിയില്ല. ഇവിടെയുള്ളവരെല്ലാം ഒരുദിവസംകൊണ്ട് മാറി. അവർക്കുമുന്നിൽ ലോകം പുതിയതായതുപോലെ. സംസ്കാരത്തിന്റെ കാറ്റാണ് സാർ ഇപ്പോൾ ഇവിടെ വീശുന്നത്." ചെറുപ്പക്കാരൻ പറഞ്ഞുനിർത്തിയപ്പോൾ അയാളും ഹൃദയത്തിൽ പറയുകയായിരുന്നു സ്വയം.

"തീർച്ചയായും ഞാനും ഈ ദേശത്തോട് ഏറെ കടപ്പെട്ടിരിക്കുന്നു. ഇവിടെ ചെലവഴിച്ച ഒരു രാത്രി, ആ രാത്രിയിലെ ഉന്മത്തത, ഇവിടത്തെ പ്രകൃതിയുടെ ഊഷ്മളത, സ്നേഹ തീവ്രത എല്ലാം എന്നെ മാറ്റിത്തീർത്തിരിക്കുകയാണ്. ഞാനും ഒരു പുതിയ മനുഷ്യനായി ഇവിടെനിന്ന് മടങ്ങുകയാണ്." അയാൾ അത് സ്വയം പറഞ്ഞതാണ്. അതുകൊണ്ടുതന്നെ ആരും അത് കേട്ടതുമില്ല. മടക്കയാത്രയിൽ ഡ്രൈവർ ഏറെ മെല്ലെയാണ് വാഹനമോടിച്ചത്. അയാൾ ഒരുപാട് ഒരുപാട് കാഴ്ചകളെ പിന്നിലാക്കിക്കൊണ്ട് വീണ്ടും നഗരത്തിലേക്ക് മടങ്ങുകയായിരുന്നു. വണ്ടിയിലിരുന്നുകൊണ്ട് മങ്ങിമറയുന്ന കാഴ്ചകളിലേക്ക് ഹൃദയത്തെ അർപ്പിച്ചപ്പോൾ, അയാൾക്കുമുന്നിൽ ആ നിലാവിന്റെ രാത്രിയും ഉന്മത്തമായ

പുഴയും പുഴയ്ക്കരികിലെ മരങ്ങളും പുഴയിലേക്കിറങ്ങിവന്ന് നൃത്തം ചെയ്ത ദേവനർത്തകികളുമുണ്ടായിരുന്നു. ആ രാത്രിയിൽ കേട്ട മാസ്മരഗാനങ്ങൾക്ക് അയാളെ ആകാശത്തിനുമപ്പുറമുള്ള ഏതോ മായികലോകത്തേക്ക് ഉയർത്തിക്കൊണ്ടുപോകുവാൻ കഴിയുമായിരുന്നു. ആ ഗാനത്തിൽ അയാൾ മറ്റെല്ലാം മറന്നു.

അയാൾക്കപ്പോൾ വെറും ഇരുപത്തിയഞ്ചുവയസ്സിനും താഴെയായിരുന്നു. കാട്ടുനാരകപൂക്കളിൽ ഉണർന്നുനിന്ന മാദക ഗന്ധത്തിലൂടെ അയാളാരാത്രിയിലേക്ക് വീണ്ടും വീണ്ടും ഊളിയിടുകയായിരുന്നു. അപ്പോഴും അയാളുടെ യാത്ര അവസാനിച്ചിരുന്നില്ല. നഗരം വീണ്ടും വീണ്ടും അകലെയായിരുന്നു. അയാൾക്ക് ഒരിക്കലും എത്തിച്ചേരാനാകാത്തതുപോലെ.

കാറ്റ്

കാറ്റ് കടലുകളിൽനിന്ന് ആത്മാവു നഷ്ടപ്പെട്ട് കരയിലേക്ക് ആഞ്ഞടിച്ചപ്പോൾ ആ കാറ്റിലൂടെ ജീവന്റെ ഗന്ധങ്ങൾ ഒന്നൊഴിയാതെ അലമുറയിടുകയായിരുന്നു. ഇരുൾമൂടിയ ആകാശത്തുനിന്ന് കൊഴിഞ്ഞു വീണു ചിതറിപ്പോയ മേഘതുണ്ടുകളിലപ്പോൾ എന്നോ പൊഴിഞ്ഞു പോയൊരു വസന്തകാലത്തിന്റെ ഗന്ധമുണ്ടായിരുന്നു. ആ ഗന്ധത്തിൽ ഒരുപാടു പനമരങ്ങൾ ഒരുപോലെനിന്ന് ധ്യാനിക്കുകയും ആയിരം സംഗീതധാരകൾ എവിടെ നിന്നെന്നില്ലാതെ ഒഴുകിയുണരുകയും ചെയ്തു. അപ്പോഴും മൗനം പൂണ്ടുനിന്ന വീടുകളുണ്ടായിരുന്നു, വാതിലുകളും ജനാലകളും കൊട്ടിയടച്ച്. അവയ്ക്ക് മുന്നിലൂടൊഴുകിയ കാറ്റിൽ മരച്ചില്ലകൾ ഇളകിയാടുകയോ ആ മരച്ചില്ലകളിലിരുന്ന് പേരറിയാത്ത കുഞ്ഞുപക്ഷികൾ വേദനയുടെ സ്വരങ്ങൾ മാത്രം പാടുകയോ ചെയ്തു. കടലുകളുടെ അശാന്തിയുടെ കഥകൾ അപ്പോഴും കാലത്തിനു മുകളിലേക്ക് തിരമാലകളായി ആഞ്ഞടിച്ചുവരുന്നുണ്ടായിരുന്നു. എല്ലാ വർണ്ണപ്പൊട്ടുകളും കരയിൽനിന്ന് വാരിയെടുത്ത് തിരമാലകൾ കടലിലേക്കു തന്നെ മടങ്ങിയപ്പോൾ തീരങ്ങൾക്കു ദുഃഖങ്ങൾ മാത്രമേ ഉണ്ടായിരുന്നുള്ളു. ജന്മങ്ങളിലൂടെ ജന്മാന്തരങ്ങളിലൂടെ ഒഴുകിയെത്തുന്ന ദുഃഖം. ആയിരം നിലാവൊഴുകുന്ന രാത്രികൾ ആരോരുമറിയാതെ കടലിനഗാധതയിലേക്ക് ആഴത്തിൽ ആണ്ടിറങ്ങിയപ്പോൾ, ദുഃഖത്തിന്റെ ഇരുൾ വെളിച്ചവുമായി മിഴിതുറന്ന പൂക്കൾക്ക് മരണത്തിന്റെ ഗന്ധങ്ങൾ മാത്രമേ ഓർമ്മ വന്നുള്ളു. എല്ലാ നിലാവുകളും അസ്തമിക്കുകയും കാലത്തിനു മുകളിൽ ദിനരാത്രങ്ങളുടെ മുഖം നഷ്ടപ്പെടുകയും ചെയ്തപ്പോൾ എവിടെ നിന്നെന്നില്ലാതെ ഒഴുകി വന്നൊരു ഗാനത്തിൽ

ആത്മാവ് നഷ്ടപ്പെട്ടവർ ശ്രുതിയുണർത്തിയിരുന്നു.

എന്തിനാണീ ശോകക്കാറ്റുകൾ കാലത്തിലൂടെ ആഞ്ഞടിക്കുന്നതെന്ന്, ആത്മാവുകളെ കീറി മുറിക്കുന്നതെന്ന് ഒരുപാട് ജന്മങ്ങൾ ഒരേ സമയം ഒരേപോലെ ചിന്തിക്കുകയും ഒടുവിൽ ഉത്തരംകിട്ടാത്ത ചോദ്യങ്ങളുമായി കാലത്തിന്റെ മടിത്തട്ടിലേക്ക് തന്നെ ഊർന്നുവീഴുകയും ചെയ്തു. ഗന്ധർവ്വകുമാരന്മാരെപ്പോലെ മായിക പ്രപഞ്ചത്തിലൂടെ വീണ മീട്ടിയുണർന്ന പകലുകളും. അപാര സൗന്ദര്യങ്ങളുടെ നിറച്ചാർത്തോടെ നിശാഗന്ധിപ്പൂക്കളുടെ ഗന്ധത്തോടെ മിഴിതുറന്ന് ഉന്മാദം പടർത്തിയിരുന്ന രാവുകളും ഏത് അനന്തതയിലേക്കാണ് ഏത് അജ്ഞാതഗുഹയിലേക്കാണ് പോയ്മറഞ്ഞതെന്ന് അറിയാതെ പിന്നെയും പിന്നെയും മൗനത്തിന്റെ മഹാശില്പങ്ങൾ മാന്ത്രിക കൊട്ടാരങ്ങൾപോലെ കാലത്തിന്റെ കണ്ണുകളിലൂടെ ഉണർന്ന് ഉയരുകയും ഒടുവിലൊരു അവസാനിക്കാത്ത തേങ്ങലിന്റെ ധ്വനിയുണർത്തുന്ന കൊടുങ്കാറ്റായി പരിണമിക്കുകയും ചെയ്തു. ഭൂമിയിലേക്ക് വീണുചിതറി തകർന്നുപോയ ആകാശത്തിന്റെ തുണ്ടുകളിൽ അപ്പോഴും ഉണർന്നിരിക്കുന്നുണ്ടായിരുന്നു, എന്നോ പെയ്തു കൊഴിഞ്ഞുപോയൊരു നിലാവെളിച്ചത്തിന്റെ തുണ്ട്. ആ നിലാവെളിച്ചത്തിന്റെ ശോഭയിലൂടപ്പോഴും പൂത്തുമ്പികൾ ചിറകു വിടർത്തി ഉന്മാദനൃത്തം ചെയ്യാൻ തുടങ്ങുകയും ഒടുവിലേതോ ശോകച്ഛായ പടർന്ന ഗാനത്തിന്റെ വീചികൾപോലെ മഹാമൗനത്തിലേക്ക് അടർന്നു വീഴുകയും ചെയ്തു. അജ്ഞാത ശില്പങ്ങൾ അനന്തതയിൽ നിന്ന് ഒഴുകി വന്ന് ആർക്കോ വേണ്ടി നൃത്തം വയ്ക്കുകയോ ഗാനങ്ങൾ ആലപിക്കുകയോ ചെയ്യാറുണ്ട്. അപ്പോഴും കാലം കാതുകളിലേക്ക് ഉണർത്തിയൊഴുക്കിയ ശോകത്തിന്റെ മഹാനിദ്രകളിൽ ജന്മങ്ങൾ തകർന്നടിഞ്ഞ മനസ്സുമായി അലയുകയായിരുന്നു.

അപ്പോഴാണ് ആഞ്ഞടിക്കുന്ന കൊടുങ്കാറ്റായി ഓരോ മനുഷ്യനും തെരുവിലേക്കിറിങ്ങിയത്; അവരുടെ ഹൃദയങ്ങളിലൂടെ ജ്വലിക്കാൻ തുടങ്ങിയ അഗ്നിയിൽ കനൽക്കട്ടകൾ അന്തരീക്ഷത്തിലൂടെ അലയടിച്ചു. അതൊരു നൂറ്റാണ്ടിന്റെ അവസാനവും മറ്റൊരു നൂറ്റാണ്ടിന്റെ ആരംഭവുമായിരുന്നു. രണ്ടു നൂറ്റാണ്ടുകൾക്കിടയിലൂടെ ഉതിർന്നുകിടന്ന അതിർവരമ്പിൽ മനുഷ്യർ മുഷ്ടി ചുരുട്ടി ആകാശത്തിലേക്ക് തലയുയർത്തി. എവിടെയൊക്കെയോ അപ്പോൾ യുദ്ധങ്ങളുടെ കാഹളങ്ങളുണ്ടായിരുന്നു. ആ കാഹള ധ്വനിയിലൂടെ ആയിരംചിറകുള്ള കൂർത്തനഖങ്ങളുള്ള കഴുകൻ പ്രപഞ്ചത്തിന് മുകളിൽ രക്തദാഹത്തോടെ ചുറ്റിപ്പറന്നു. ഓരോ മനുഷ്യന്റെ കോശത്തിലുമപ്പോൾ തിരമാലകളുടെ പ്രവാഹമായിരുന്നു. ആ തിരമാലകൾക്ക് കാലങ്ങളിലൂടെ പടർന്നൊഴുകി, എല്ലാ അസമത്വങ്ങളെയും അനീതികളെയും കടപുഴക്കിയെറിയണമായിരുന്നു. കാലം അതായിരുന്നു ആവശ്യപ്പെട്ടത്. മണ്ണിന്റെ ആഴങ്ങളിൽ ഉറങ്ങിക്കിടന്ന മൗനങ്ങൾക്ക് എപ്പോഴോ ചിറക് മുളച്ചുതുടങ്ങുകയും അവ ഭൂമിക്കഗാധതയിൽത്തന്നെ ഒരു വിപ്ലവത്തിന്റെ കൊടുങ്കാറ്റിന് രൂപംകൊടുക്കുകയും

ചെയ്തു. മണ്ണിലുറഞ്ഞുപോയ ഓരോ മഹാസ്തംഭങ്ങളും ഓരോ മഹാകുടീരങ്ങളും ഒരിക്കലൂടെ ജീവൻ വയ്ക്കാൻ തുടങ്ങുകയോ അവ ഒരു അഗ്നിപർവ്വത ലാവയായി പുറത്തേക്ക് വെമ്പിഒഴുകാൻ കൊതിക്കുകയോ ചെയ്തു. അപ്പോഴാണ് പ്രപഞ്ചത്തിന്റെ മുകൾപരപ്പിലൂടെ മനുഷ്യർ കൊടുങ്കാറ്റുകളായി പരിണമിച്ച് തെരുവുകളിലേക്ക് അഗ്നിയായി ജ്വലിച്ചുണർന്നത്. പർവ്വതങ്ങളിലെ മഞ്ഞുകട്ടകൾക്കപ്പോൾ തീ പിടിച്ചുതുടങ്ങിയിരുന്നു. ഓരോ മഞ്ഞുകട്ടയിലൂടെയും അഗ്നി പടർന്നൊഴുകിയപ്പോൾ പർവ്വതങ്ങളുടെ അടിവാരങ്ങളിലെ മണ്ണിന് ഇളക്കം തുടങ്ങുന്നുണ്ടായിരുന്നു. എല്ലാ ഏകാധിപത്യങ്ങൾക്കും ഒരുപക്ഷേ, അപ്പോഴായിരിക്കും വേരറ്റുപോകുന്നത്. കാലം അതുതന്നെയാണ് തെളിയിച്ചുകൊണ്ടിരിക്കുന്നത്.

തെരുവുകളിലൂടെ ആഞ്ഞടിച്ച് കൊടുങ്കാറ്റുകളായി പരിണമിച്ച മനുഷ്യന് അപ്പോൾ മനസ്സുണ്ടായിരുന്നില്ല. മനസ്സിനുമപ്പുറം നിർവ്വചിക്കാനാവാത്ത മറ്റേതൊ മഹാമന്ത്രമായിരുന്നു അവന്റെ സിരകളിലപ്പോൾ. കാടിളക്കിവന്ന കാട്ടാനക്കൂട്ടങ്ങൾ എപ്പോഴോ ദിശതെറ്റി അലമുറയിട്ടുകൊണ്ട് എങ്ങോട്ടൊക്കെയോ പാഞ്ഞുപോകുകയും അവയുടെ അലമുറകൾകൊണ്ട് ഭൂമി നിറയുകയും ചെയ്തു. തെരുവുകളിൽനിന്ന് തെരുവുകളിലേക്ക് കൊടുങ്കാറ്റുകളായി പ്രവഹിച്ച മനുഷ്യരുടെ മുന്നിലൂടെയപ്പോൾ നദികൾ കുലംകുത്തിയൊഴുകുന്നുണ്ടായിരുന്നു. ആ നദിപ്രവാഹങ്ങളിലൂടെ കാലം ഇളകിമറിയുകയോ ചില നേരങ്ങളിൽ നിശ്ചലമായി നില്ക്കുകയോ ചെയ്തു. പൂമ്പാറ്റകളുടെയും പൂത്തുമ്പികളുടെയും നിശാശലഭങ്ങളുടെയും എണ്ണമറ്റ ജഡങ്ങൾക്കിടയിലൂടെ ജീർണ്ണിച്ച് മനുഷ്യജഡങ്ങളും കുത്തിയൊലിക്കുന്നുണ്ടായിരുന്നു. നിശ്ചലമായി തുറന്നുപിടിച്ച കണ്ണുകൾക്കപ്പോഴും അഗ്നിഗോളങ്ങളുടെ ജ്വലനമായിരുന്നു. തകർന്നുവീണ മഹാഗോപുരങ്ങൾക്ക് താഴെ വിറങ്ങലിച്ചുവീണുപോയ മനുഷ്യരുടെ മുകളിലൂടെ ആയിരം തലയുള്ള വിഷസർപ്പങ്ങൾ വിഷം ചീറ്റി, പത്തിവിടർത്തിയാടി. കൂട്ടംതെറ്റിയ കഴുകന്മാർ ആകാശങ്ങൾക്ക് നെടുകെയും കുറുകെയും ലക്ഷ്യമില്ലാതെ അലഞ്ഞുതിരിയുമ്പോഴും അവയുടെ ജ്വലിക്കുന്ന കണ്ണുകൾ ഭൂമിക്ക് മുകളിലെ എണ്ണമറ്റ ജഡങ്ങളിലെ മാംസഗന്ധത്തെ തേടുകയായിരുന്നു. എല്ലാ തെരുവുകളുമപ്പോൾ പ്രളയംകൊണ്ട് മൂടുകയും കാലങ്ങൾക്ക് മുകളിലൂടെ പ്രളയജലം അഗ്നിയുടെ തിരമാലകൾ സൃഷ്ടിക്കുകയും ചെയ്തു. കാറ്റുകളപ്പോഴും ആത്മാവ് നഷ്ടപ്പെട്ടവരായി കരയിലേക്ക് ആഞ്ഞടിക്കുകയായിരുന്നു.

ഓർമ്മക്കടലുകൾ

ഓർമ്മകൾ ചിലപ്പോഴൊക്കെ അങ്ങനെയാണ്. വല്ലാതെ താളം തെറ്റിത്തുടങ്ങും. ഒന്നിൽ തുടങ്ങുന്നത് മറ്റെന്തിലോ ചെന്നവസാനിക്കും. ഒരോർമ്മയിലൂടെ, അതിന്റെ ഊഷ്മളതയിലൂടെ, നൊമ്പരത്തിലൂടെ കടന്നുപോകുമ്പോഴാകും മറ്റൊരോർമ്മ തള്ളിക്കയറിവന്ന് കടന്നാക്രമണം തുടങ്ങുന്നത്. ഓർമ്മകൾ പലവഴിക്ക്, പലരീതിയിൽ താളം തെറ്റിയോ തെറ്റാതെയോ തലച്ചോറിൽ ഒരു പ്രകമ്പനം തന്നെ സൃഷ്ടിച്ചുതുടങ്ങിയപ്പോൾ അബൂക്ക എന്നറിയപ്പെടുന്ന പി കെ അബ്ദുള്ള വേനലിലും മഴയിലും മഞ്ഞിലും ഇതൊന്നുമല്ലാത്ത അവസ്ഥയിലും വല്ലാതെ വിയർത്തുതുടങ്ങി. ശരീരത്തിലെ ഓരോ ഞരമ്പും ചന്നം ചന്നം പിണഞ്ഞ് അബൂക്കയുടെ ഹൃദയത്തോട് മന്ത്രിച്ചു. "അബൂക്കാ" – നിങ്ങൾ കുറച്ചുകൂടി സൂക്ഷിക്കേണ്ടിയിരിക്കുന്നു. നിങ്ങളുടെ തലച്ചോറിലൂടെ നിങ്ങൾക്കെതിരായ ഏതോ പ്രതിപ്രവർത്തനം നടന്നുതുടങ്ങിയിട്ടുണ്ട്. അതുകൊണ്ടു തന്നെയാണ് ഓർമ്മകളുടെ കുത്തൊഴുക്ക് യാതൊരു താളക്രമവുമില്ലാതെ ഇങ്ങനെ കുലംകുത്തിപ്പായുന്നത്. ഇതിങ്ങനെ തുടർന്നാൽ നിങ്ങളുടെ ഓർമ്മകൾ ആയിരം തലമുറകൾക്കു അപ്പുറത്തേക്കുപോലും സഞ്ചരിച്ചേക്കും, യാതൊരു താളമോ ക്രമമോ ഇല്ലാതെ തന്നെ. ഒരുപക്ഷേ, നിങ്ങളന്ന് ഒരു ഏകകോശജീവിയുടെ രൂപത്തിൽ പോലുമാകാം. ജീവന്റെ ഉല്പത്തിപോലും നിങ്ങളിലൂടെയാണെന്നാവാം നിങ്ങൾ ഓർക്കുന്നത്."

അബൂക്കാ കിടക്കപ്പായിൽനിന്ന് എഴുന്നേല്ക്കാതെ, ചുരുണ്ടുകൂടി കിടക്കുന്ന തണുത്ത വെളുപ്പാൻ കാലങ്ങളിൽ ഓരോ ഞരമ്പും ത്രസിച്ചുണർന്ന് അബൂക്കയോട് മന്ത്രിച്ചു. "അബൂക്ക തലച്ചോറിനെ സൂക്ഷിക്കു, തലച്ചോറിനെ സൂക്ഷിക്കു" അബൂക്ക ഒന്നും കേട്ടില്ലെന്ന് നടിച്ച് വെറുതെ

ഒന്ന് അലസമായി മൂളി, മുകളിലെ ചുവരിലൂടെ ഇഴഞ്ഞുനീങ്ങുന്ന കുഞ്ഞെറുമ്പുകളെ നോക്കി. അവയെല്ലാം വരിവരിയായി ഇഴഞ്ഞു പോവുകയാണ്. അവയുടെ തലച്ചോറിലൂടെയും ഓർമ്മയുടെ ഞരമ്പുകൾക്ക് താളം തെറ്റുന്നുണ്ടാവുമോ? അബൂക്ക സ്വന്തം ഹൃദയത്തിനോട് തന്നെയായിരുന്നു അത് ചോദിച്ചത്. ഇല്ല, എല്ലാ ജീവജാലങ്ങളും ഓരോ നിശ്ചിതമാനത്തിലൂടെയും ചിന്തകളിലൂടെയും തന്നെയായിരിക്കണം മുന്നേറിക്കൊണ്ടിരിക്കുന്നത്. തലമുറകൾ പിന്നിട്ടുകൊണ്ടിരിക്കുന്നത്. അതുകൊണ്ടുതന്നെയാണ് അവയ്ക്ക് അവയുടേതായ ശരികളിലൂടെയും തെറ്റുകളിലൂടെയും ജീവിക്കാൻ കഴിയുന്നത്. അബൂക്കയിൽ ഉറങ്ങിക്കിടന്നിരുന്ന ഏതോ ചിന്തകനായിരുന്നു അത് അബൂക്കയോട് പറഞ്ഞത്.

അബൂക്കയിൽ അപ്പോഴും ഓർമ്മകളുടെ പെരുമഴച്ചാർത്തുകൾ ആർത്തലയ്ക്കുന്നുണ്ടായിരുന്നു. ആ ഓർമ്മകൾക്ക് പല നിറങ്ങളും, പല രൂപങ്ങളും പലഭാവങ്ങളുമുണ്ടായിരുന്നു. തണുത്ത വെളുപ്പാൻ കാലങ്ങളിലൂടെയുള്ള ഓർമ്മകൾ മനസ്സിലങ്ങനെ പച്ചപിടിച്ച് വിടർന്നുല്ലസിച്ചപ്പോൾ അബൂക്ക വെറുതെ പുറം വരാന്തയിലിരുന്ന് തലപോയ തെങ്ങുകളേയും അവയിൽ ആഞ്ഞുകൊണ്ടിരിക്കുന്ന മരംകൊത്തി പക്ഷികളെയും നോക്കുകയായിരുന്നു. അത്തരം വെളുപ്പാൻ കാലത്ത് മഞ്ഞടർന്നു വീണ വഴികളിലൂടെ, അബൂക്ക ചുണ്ടിലൊരു മൂളിപ്പാട്ടുമായി പാടങ്ങൾക്കക്കരെയുള്ള പറങ്കിമാവിൻ കൂട്ടങ്ങളുടെ ഇടയിലേക്ക് പോകുമായിരുന്നു. യൗവ്വനത്തിളപ്പോടെ നില്ക്കുന്ന പച്ച നെൽച്ചെടികളെ രണ്ടുകൈകൊണ്ടും വകഞ്ഞുമാറ്റി, വരമ്പിൽ കോരിവച്ചിരിക്കുന്ന ചെളിയിൽ കാൽ പുതയാതെ സൂക്ഷിച്ച്, സൂക്ഷിച്ച് മുന്നോട്ടു നടക്കുമ്പോൾ അബൂക്കയുടെ മനസ്സിലും പ്രഭാതത്തിന്റെ കുളിർമ്മ മാത്രമേ ഉണ്ടായിരുന്നുള്ളൂ. അതൊരോർമ്മ. ആ ഓർമ്മയുടെ പൂങ്കുലകളിൽ നിറമുള്ള പൂക്കൾ ഒരുമിച്ച് വിടർന്നു നിന്നിരുന്നു. എല്ലാ പൂക്കളും അബൂക്കയുടെ ഹൃദയത്തിലേക്ക് ഒരുപാട് സ്നേഹം ചൊരിയുകയായിരുന്നു. അപ്പോഴാണ് അബൂക്ക പരിസരം മറന്ന് പൊട്ടിച്ചിരിക്കാൻ തുടങ്ങിയത്. ആ പൊട്ടിച്ചിരി അവസാനിച്ചപ്പോൾ അബൂക്ക ഏതോ അജ്ഞാതമായ വഴിയിലായിരുന്നു. ഒരിക്കലും അവസാനിക്കാത്ത ഏതോ ഒരു വഴി. ആ വഴിക്ക് ഇരുവശവും തണൽ മരങ്ങൾ ഉണ്ടായിരുന്നുവെങ്കിലും അവയിലെല്ലാം ഇലകൾ കൊഴിഞ്ഞുപോയ ചില്ലകളായിരുന്നു നിറഞ്ഞുനിന്നിരുന്നത്. വഴിയേതെന്ന് അറിയാതെ അബൂക്ക നടക്കുകയായിരുന്നു. പിന്നിലും മുന്നിലും ആരൊക്കെയോ ഉണ്ട്. എല്ലാവരും വേഗത്തിൽ നടക്കുകയാണ്. ആരുടേയും മുഖം അത്ര വ്യക്തമല്ലെങ്കിലും തന്റെ പിന്നാലെ തന്നെ അരികു പിടിച്ചു നടക്കുന്ന ഇടംകൈയൻ മജീദിന്റെ മുഖം മനസ്സിലേക്ക് തള്ളിക്കയറി വരുന്നുണ്ടായിരുന്നു. "ങ്ങളെന്താ – അബൂക്കാ – ഒന്നു വേഗത്തിൽ നടക്കാത്തെ–? എല്ലാവരും എത്ര മുന്നിലായെന്ന് നോക്കിയേ." മജീദിന്റെ പതിഞ്ഞ സ്വരത്തിലുള്ള സംസാരത്തിന് ചെവി കൊടുത്തിട്ട് പതുക്കെ പറഞ്ഞു. "നീ മുന്നേ ഓടി പൊയ്ക്കൊ അവരുടെയൊക്കെ കൂടെ. എനി

ക്കിത്ര വേഗത്തിലെ നടക്കാൻ പറ്റുള്ളൂ.' മജീദ് ഒരിക്കലും ആരുടെ കൂടെയും മുന്നേ ഓടിപോയില്ല. അബൂക്കയുടെ നിഴലുപിടിച്ചു തന്നെ യായിരുന്നു എപ്പോഴും നടന്നിരുന്നത്. മുമ്പേ പോയവർ ഏതൊക്കെയോ തീരങ്ങളിലേക്ക് അകന്നകന്നു പോകുന്നുണ്ടായിരുന്നു, ഏതൊക്കെയോ അജ്ഞാത തീരങ്ങളിലേക്ക് അകന്നകന്നു പോകുന്നുണ്ടായിരുന്നു. പിന്നെ വന്നവരും തങ്ങളെ കടന്ന് മുന്നോട്ടുതന്നെ പൊയ്ക്കൊണ്ടിരുന്നു, ഏതൊ ക്കെയോ അജ്ഞാതതീരങ്ങളിലേക്ക്. എത്രയെത്ര നെൽപ്പാടങ്ങൾ, എത്ര യെത്ര പറങ്കിമാവിൻ കൂട്ടങ്ങൾ, എത്രയെത്ര പച്ചിലക്കാടുകൾ. എല്ലാം പിന്നിലാക്കി എല്ലാവരും എങ്ങോട്ടൊക്കെയോ അകലങ്ങളിലേക്ക് അറി യാതെ അലയുന്നുണ്ടായിരുന്നു.

ആ ഓർമ്മക്കൂട്ടങ്ങളുടെ ഇടയിലൂടെ ഉലാത്തി നടന്നപ്പോഴാണ് അബൂക്കയിലൂടെ വീണ്ടും കൊടുങ്കാറ്റുകളുടെ രൂപത്തിൽ പല ഓർമ്മ കളും ആഞ്ഞടിക്കാൻ തുടങ്ങിയത്. അബൂക്ക അപ്പോൾ പാടവരമ്പത്തോ പറങ്കിമാവിൻ കൂട്ടങ്ങളുടെ ഇടയിലോ അല്ലായിരുന്നു. സഞ്ചരിച്ചുകൊണ്ടി രുന്ന പാതകൾ അപ്രത്യക്ഷമായിരുന്നു. കൂറ്റൻ യന്ത്രക്കാടുകൾക്കിടയിൽ, കരിപുരണ്ട വസ്ത്രങ്ങളുമായി മുരളുന്ന യന്ത്രങ്ങളോടു മല്ലിടുകയായി രുന്നു. കൂറ്റൻ യന്ത്രങ്ങൾ പല രൂപത്തിലും ഭാവത്തിലും അബൂക്കയുടെ മുന്നിൽ അഗ്നി തുപ്പി നിറഞ്ഞു നിന്നപ്പോൾ അബൂക്കയുടെ ഹൃദയത്തി ലൂടെയും അഗ്നി ജ്വലിക്കുകയായിരുന്നു. ആ അഗ്നിക്കാറ്റിലൂടെ ചുട്ടുപൊ ള്ളുന്ന ശരീരവുമായാണ് അബൂക്ക മുഷിഞ്ഞ തെരുവുകളിലൂടെ അല ഞ്ഞത്. യന്ത്രങ്ങളുടെ അലർച്ചയില്ലാത്ത ഒരു തുരുത്തിലൂടെ, ഒഴുകിപ്പര ക്കുന്ന ഇലഞ്ഞിപ്പൂവിന്റെ മണം പേറുന്ന കാറ്റിനുവേണ്ടി അബൂക്ക എപ്പോഴോ കൊതിച്ചിരുന്നു. അപ്പോൾ കാലത്തിന്റെ മുഖച്ഛായ മാറുന്നു ണ്ടായിരുന്നു. യന്ത്രങ്ങൾ സംസാരിക്കുന്ന, യന്ത്രങ്ങൾ ചിന്തിക്കുന്ന, യന്ത്ര ങ്ങൾ പ്രണയിക്കുന്ന ഏതോ ഒരു യന്ത്രയുഗത്തിലേക്ക് കാലം കാലിടറി വീഴുകയായിരുന്നു. ആകാശത്തിലേക്ക് കരിപ്പുക തുപ്പുന്ന യന്ത്രക്കുഴ ലുകൾക്ക് എപ്പോഴോ രൂപമാറ്റം വരാൻ തുടങ്ങുകയും അവയെല്ലാം ഭീമാ കാരമായ രാക്ഷസാകാരം പൂണ്ട് ഭൂമിയിലേക്ക് തന്നെ വിഷപ്പുക ആഞ്ഞു തുപ്പുകയും ചെയ്തു. ആരൊക്കെയോ അപ്പോഴും അബൂക്കയെ പിന്നി ലാക്കി മുന്നോട്ടു കുതിക്കുന്നുണ്ടായിരുന്നു. അതുമൊരോർമ്മ. ഓർമ്മ കൾ പിന്നെയും എവിടെയോ വീണുചിതറി. അബൂക്കയുടെ ചുണ്ടിൽ നിന്ന് കരിപ്പുക നിറഞ്ഞൊരു ചിരി അറിയാതെ എപ്പോഴോ അടർന്നൊ ഴുകുകയും ചെയ്തു. ഓർമ്മയുടെ കോശങ്ങൾ വീണ്ടും വീണ്ടും കൂട്ടി മുട്ടി അറിയാത്ത അപശബ്ദങ്ങൾ പുറപ്പെടുവിച്ചു. കരിതുപ്പുന്ന യന്ത്ര ക്കാടിനെയും പിന്നിലാക്കി അബൂക്ക എങ്ങോട്ടോ ഓടിയകലുന്നുണ്ടായി രുന്നു. അപ്പോഴും അബൂക്കയുടെ ഹൃദയത്തിലൂടെ അറിയാത്തൊരു തേടൽ ഉണ്ടായിരുന്നു, ഇലഞ്ഞിപ്പൂമണം ഒഴുകുന്നൊരു കാറ്റിനുവേണ്ടി. ആ കാറ്റിലൂടെയായിരുന്നു അബൂക്കയിലേക്ക് പ്രണയത്തിന്റെ വസന്ത ങ്ങൾ വിരിഞ്ഞുണർന്നിരുന്നത്. കറുത്ത കരിപുരണ്ട വസ്ത്രങ്ങൾക്കിട

യിൽ വെളുത്ത പല്ലുകൾകാട്ടി ചിരിക്കാൻ തുടങ്ങിയ അബൂക്കായോട് ഇടംകൈയൻ മജീദ് അപ്പോഴും പറഞ്ഞു.

"ഇക്കാ–ങ്ങളെന്താ ഇങ്ങനെ. ങ്ങടെ കൂടെയുള്ളവരെല്ലാം എത്രയോ മുൻപെ കടന്നുപോയിക്കഴിഞ്ഞിരിക്കുന്നു. അവരെല്ലാം കോട്ടും സൂട്ടുമിട്ട് ഓഫീസർമാരായില്ലേ. ങ്ങക്ക്–മാത്രം ഈ കരിപ്പുകയിൽ കിടന്നാൽ മതിയോ?" അതു പറയുമ്പോൾ ഇടംകൈയൻ മജീദിന്റെ വലതു കൈകൂടി ചലിക്കുകയും അത് അബൂക്കായ്ക്ക് നേരെ വിരൽചൂണ്ടി നില്ക്കുകയും ചെയ്തു. "ശരിയാണ് മജീദ്, ശരിയാണ്." അബൂക്കയുടെ ചുണ്ടുകൾ മന്ത്രിച്ചു. "നീ പറയുന്നതൊക്കെ ശരി. എത്രയെത്ര പാദങ്ങളാണ് എന്നെ ചവിട്ടിമെതിച്ചുകൊണ്ട് കടന്നുപോയത്." അബൂക്കാ സങ്കടപ്പെട്ടില്ല. മുന്നിലെ യന്ത്രത്തോട് മാത്രം തന്റെ ഹൃദയത്തിലൊഴുകുന്ന ഇലഞ്ഞിപ്പൂമണത്തിന്റെ ലഹരിയെക്കുറിച്ചു പറഞ്ഞു. യന്ത്രങ്ങളുടെ മുരളലുകളിൽ ആകാശത്തിനും ഭൂമിക്കുമപ്പോൾ മുഖച്ഛായ മാറുന്നതുപോലെ അബൂക്കയ്ക്ക് തോന്നിയിരുന്നു. ചിതറിത്തെറിച്ച് ചന്നംചിന്നമായി കിടന്ന ഓർമ്മകളുടെ തള്ളികയറ്റങ്ങളിൽ അബൂക്കായുടെ ഹൃദയവും കരളും ഓരോ നാഡി ഞരമ്പും വൈദ്യുതാഘാതമേറ്റപോലെ പുളയാൻ തുടങ്ങുകയും അല്പനേരത്തെ പുളയലിനുശേഷം വീണ്ടും അവ പൂർവ്വസ്ഥിതിയിലേക്ക് വരികയും ചെയ്തു.

അബൂക്ക അപ്പോൾ കുന്നിൻ ചരിവുകളിലായിരുന്നു. പൂമരങ്ങളും പൂക്കളും കരിഞ്ഞുപോയ, ഇലപ്പടർപ്പുകൾ വേരറ്റുകിടന്ന, മൺതരികൾക്ക് അഗ്നിയുടെ നിറമുള്ള ഏതോ കുന്നിൻ ചരിവിൽ. അകലെ അണയാൻ പോകുന്ന സൂര്യഗോളത്തിനു നേരെ മിഴികളുയർത്തി അബൂക്ക ഒരിക്കലൂടെ സ്വന്തം ഹൃദയത്തിനോടു ചോദിച്ചു. "എവിടെയാണെന്റെ ഇലഞ്ഞിപ്പൂമണം പേറുന്ന കാറ്റ്?" പിന്നിലെ കാല്പെരുമാറ്റത്തിൽ ഇടംകൈയൻ മജീദ് പതിയെ മന്ത്രിച്ചു. "അബൂക്കാ, ങ്ങൾ എന്തിനാണിങ്ങനെ അലയുന്നത്. നിങ്ങളിത് എവിടെയാണ്? ങ്ങൾക്ക് ഒന്നു ചിരിച്ചുകൂടെ? ങ്ങൾക്ക് ഒന്നു കരഞ്ഞുകൂടെ? എല്ലാ ഇലഞ്ഞിപ്പൂമരങ്ങളും ഭൂമിയിൽനിന്ന് അപ്രത്യക്ഷമായത് നിങ്ങളറിഞ്ഞില്ലേ? കാലം ഒരുപാട് കഴിഞ്ഞുപോയിരിക്കുന്നു."

അബൂക്കയുടെ മുന്നിലൂടെ ഭൂഗോളം അപ്പോൾ തലകീഴായി തിരിയുകയായിരുന്നു. എല്ലാ ജീവജാലങ്ങൾക്കും നിറം മാറ്റം വരികയോ ജനിതകഘടനയിൽ അപാരമായ വ്യതിയാനം സംഭവിച്ചുതുടങ്ങുകയോ ചെയ്തു. അബൂക്ക തുറന്ന മിഴികളുമായി അകലങ്ങളിലേക്കു മാത്രം നോക്കി. ഓർമ്മകളുടെ കോശങ്ങൾക്ക് എവിടെവച്ചാണ് സ്ഥാനഭ്രംശം വന്നുതുടങ്ങിയത്? അറിയില്ല. ഇടംകൈയൻ മജീദിന്റെ ചിലമ്പിച്ച സ്വരം മാത്രം കാതിലുണ്ട്. "ക്കാ – ങ്ങളൊന്നുണരു, ഒന്നുണരു." അബൂക്ക അപ്പോഴും ഞെട്ടലോടെ ഓർക്കുന്നുണ്ടായിരുന്നു. താൻ ഉറക്കത്തിലാണോ?! താനേത് അഗാധ ഉറക്കത്തിലൂടെയാണ് സഞ്ചരിച്ചുകൊണ്ടിരിക്കുന്നത്. ഏത് ധ്രുവങ്ങൾക്കരികിൽനിന്നാണ് മജീദ് എന്ന ആത്മ

സുഹൃത്തിന്റെ സ്വരം തന്നെ തേടിയെത്തുന്നത്? ഒന്നുമറിയില്ല. ഓർമ്മകൾ എന്നു മുതലാണ് തന്നിലൂടെ താളംതെറ്റി ഒഴുകിത്തുടങ്ങിയത്? തലച്ചോർ നിറയെ ഓർമ്മകൾ കുത്തിനിറയ്ക്കപ്പെട്ടിരിക്കുകയാണോ? ഏത് ഓർമ്മകളാണ് മായാതെ അവശേഷിക്കേണ്ടത്. ഏത് ഓർമ്മകളെയാണ് മായ്ച്ചുകളയേണ്ടത്? ഒന്നിനുമൊരു ഉത്തരമില്ല.

അബൂക്ക പായിൽ അപ്പോഴും ചുരുണ്ടുതന്നെ കിടക്കുകയായിരുന്നു, വിളറിശോഷിച്ച കൈകാലുകളുമായി, പകുതി തുറന്ന കണ്ണുകളുമായി, കരുവാളിച്ച ചുണ്ടുകളുമായി. അപ്പോഴും താളം തെറ്റിയ ഓർമ്മകളുടെ നിർത്താത്ത കുത്തൊഴുക്കുകൾ അബൂക്കയുടെ ഹൃദയത്തിലേക്ക് പ്രവഹിക്കുന്നുണ്ടായിരുന്നു. ആ ഓർമ്മപ്രവാഹത്തിലൂടെ അബൂക്കയുടെ തലച്ചോറിൽ ഭൂകമ്പങ്ങൾ ജനിക്കുകയോ അഗ്നിപർവ്വതങ്ങൾ പൊട്ടിച്ചിതറുകയോ ചെയ്തു. കാതിലൂടപ്പോഴും ആത്മസുഹൃത്ത് ഇടംകൈയൻ മജീദിന്റെ സ്നേഹസ്വരമുണ്ടായിരുന്നു. “ക്കാ – ങ്ങളൊന്നു എഴുന്നേറ്റു നോക്കിയേ, കാലം ഒരുപാട് ഒരുപാട് മാറിപ്പോയിരിക്കുന്നു. ങ്ങള് ഇതെന്തു കിടപ്പാ? ങ്ങൾക്ക് ഒന്നും ഓർമ്മയില്ലേ?” അബൂക്കായുടെ പകുതി തുറന്ന മിഴികൾക്കു മുന്നിൽ അപ്പോൾ ഒന്നുമില്ലായിരുന്നു, ശൂന്യതയില്ലാതെ. എല്ലാ ഓർമ്മക്കടലുകളും, ആഞ്ഞടിക്കുന്ന ആയിരം തിരമാലകളുമായി അന്ധകാരത്തിന്റെ അഗാധതയിലേക്ക് മാഞ്ഞുമറയുകയായിരുന്നു. അപ്പോഴും ഒരു ഇലഞ്ഞിപ്പൂമണക്കാറ്റിന്റെ തേടൽ അബൂക്കയുടെ ഹൃദയത്തിൽ അവശേഷിക്കുന്നുണ്ടായിരുന്നു.

കഥകൾ പറഞ്ഞുതുടങ്ങുന്നത്

ഒരു കാരണവുമില്ലാതെയാണ്, നാല് ഈച്ചകൾ എന്നെ നിരന്തരം ശല്യം ചെയ്യാൻ തുടങ്ങിയത്. അവയെ ആകർഷിക്കത്തക്ക ഒരു സാധനവും മുറിയിൽ വച്ചിരുന്നില്ല. അടുക്കളയിലും ഭക്ഷണത്തിന്റെ അവശിഷ്ടങ്ങളൊന്നും അലക്ഷ്യമായി ചിതറിക്കിടന്നിരുന്നില്ല. മുറികളെല്ലാം വെട്ടിത്തിളങ്ങി കിടന്നിരുന്നില്ലെങ്കിലും പറയത്തക്ക അഴുക്കുകളൊന്നും ഉണ്ടായിരുന്നില്ല. ഈ ഈച്ചകൾക്ക് എന്തുപറ്റി? ഇവയെന്നെ എന്തിനാണിങ്ങനെ പിറകെ പറന്നു ശല്യം ചെയ്യുന്നത്? എന്തെല്ലാം കാര്യങ്ങളാണ് എന്റെ മനസ്സിലൂടെ ഒന്നിനു പിറകെ ഒന്നായി പ്രവഹിക്കുന്നത്. ഒരുപാട് കാര്യങ്ങൾക്ക് ഞാൻതന്നെ ഉത്തരം കണ്ടെത്തേണ്ടതായിട്ടുണ്ട്. മറ്റാർക്കും ആ കാര്യങ്ങളിൽ എന്നെ സഹായിക്കാനാവില്ല. ഈ ഈച്ചകൾക്ക് ഒരു രീതിയിലും എന്നെ സഹായിക്കാനാവില്ലെന്ന് അറിയാം, വെറുതെ തലയ്ക്ക് ചുറ്റും പറക്കാനും, മൂക്കിന്റെ തുമ്പത്തും, കൈകളിലുമൊക്കെ വെറുതെ പറ്റിച്ചേർന്നിരിക്കാനുമല്ലാതെ. എനിക്ക് അത്യാവശ്യമായിട്ട് പലതും എഴുതാനുണ്ടായിരുന്നു. അതിനിടയ്ക്കാണ് ഇവറ്റകളുടെ ശല്യം. ശല്യമെന്ന് പറഞ്ഞാൽ, ഇവറ്റകളെല്ലാം കൂടി സംഘടിച്ച് എന്നെ ആക്രമിക്കുമോയെന്ന് അറിയില്ല. കാരണം ആരെയും ശല്യമായി കാണുവാൻ ആർക്കും അവകാശമില്ലെന്ന് ഞാൻ തന്നെ നിരന്തരം പറയുന്നതും എഴുതുന്നതുമാണ്.

കുറെ സമയം കഴിഞ്ഞപ്പോൾ എന്നെ അത്ഭുതപ്പെടുത്തിക്കൊണ്ട് ആ നാല് ഈച്ചകളും മുറിയിലെ മേശപ്പുറത്തിരുന്ന എന്റെ പുസ്തകങ്ങളുടെ പുറംചട്ടകളിൽ പറ്റിച്ചേർന്നിരിക്കാൻ തുടങ്ങി, ഒരു ശല്യവും ചെയ്യാതെ. എന്റെ മനോഗതം ഒരുപക്ഷേ, അവയ്ക്ക് മനസ്സിലായി

കാണും. ഞാനെന്റെ ഹൃദയംകൊണ്ട് സ്വയം സംസാരിക്കുന്നത് അവയ്ക്ക് തിരിച്ചറിയാൻ കഴിഞ്ഞിരിക്കണം. അവ നാലും ഇരുന്നത് പ്രശസ്തനായ ഒരു കഥാകൃത്തിന്റെ ഏറ്റവും പുതിയ കഥാസമാഹാരത്തിന്റെ പുറംചട്ടയിലായിരുന്നുവെന്നത് എന്നെ അതിശയിപ്പിച്ചു. കാരണം മറ്റെത്രയോ പുസ്തകങ്ങൾ അവിടെയൊക്കെ അലക്ഷ്യമായി അടുക്കും ചിട്ടയുമില്ലാതെ ചിതറിക്കിടപ്പുണ്ട്. ചിലതിനൊക്കെ പഴമയുടെ ഗന്ധവുമുണ്ട്. പക്ഷേ, ഈച്ചകൾ നാലും ഇരുന്നത് ഞാൻ കഴിഞ്ഞദിവസം ടൗണിൽ നടന്നുകൊണ്ടിരുന്ന പുസ്തമേളയിൽനിന്നും വാങ്ങിയ ഏറ്റവും പുതിയ പുസ്തകത്തിന്റെ പുറംചട്ടയിലാണ്. ആ പുസ്തകത്തിന്റെ പ്രകാശനം കഴിഞ്ഞിട്ടുതന്നെ അധികം ദിവസങ്ങളായിട്ടില്ല. ആ പ്രമുഖ കഥാകൃത്തിന്റെ ഏറ്റവും പുതിയ പതിനെട്ടു കഥകളുടെ സമാഹാരമായിരുന്നു അത്. വൈവിദ്ധ്യത്തിന്റെ മനോഹാരിതയോടെ ആവിഷ്കരിക്കപ്പെട്ട ആ കഥകളിലൂടെ ജീവിതങ്ങളുടെ പിടച്ചിലുകളാണ് പടർന്നൊഴുകുന്നതെന്ന്, പുറംചട്ടയിൽ ആ കഥകൾക്ക് അവതാരിക എഴുതിയ ഏറ്റവും പ്രശസ്തനായ സാഹിത്യകാരൻ അഭിപ്രായപ്പെട്ടിട്ടുണ്ട്. ജീവിതം എന്താണെന്ന് അല്ലെങ്കിൽ എന്തല്ലെന്ന് ആ ഓരോ കഥയും നമ്മളോട് മൗനമായി സംസാരിക്കുകയാണെന്നാണ് ആ അവതാരികയിൽ തുടർന്നെഴുതിയിട്ടുള്ളത്. ഞാൻ സത്യത്തിൽ ആ പുസ്തകം വാങ്ങുന്നതിനുവേണ്ടിയായിരുന്നില്ല, ആ പുസ്തകമേളയ്ക്കു പോയത്. മകളുടെ കൂട്ടുകാരിയുടെ പിറന്നാളായിരുന്നു അന്ന്. മകളുടെ കൂട്ടുകാരി മകളെ മാത്രമായിരുന്നില്ല, ഞങ്ങൾ മാതാപിതാക്കളെയും വളരെ സ്നേഹപൂർവ്വം ക്ഷണിച്ചിരുന്നതാണ്. വലിയ ആഘോഷമൊന്നുമില്ല, എങ്കിലും പതിനാറാമത്തെ വയസ്സ് പൂർത്തിയാക്കുന്നതിന്റെ സന്തോഷത്തിന് വളരെ അടുത്ത കുറച്ചു പേരെ വിളിച്ച്, വൈകിട്ടൊരു ചെറിയ വിരുന്ന് വീട്ടിലൊരുക്കിയിട്ടുള്ളതായിരുന്നു.

പിറന്നാൾ സമ്മാനത്തിന് എന്തു വാങ്ങണമെന്ന് ഞാനും ഭാര്യയും മകളും കൂടി കൂടിയാലോചിച്ച ശേഷം മകളാണ് ആ തീരുമാനത്തിലെത്തിയത്.

"അച്ഛാ - ടൗണിലെ പുസ്തകമേളയിൽനിന്ന് നമുക്കൊരു പുതിയ പുസ്തകം വാങ്ങിക്കൊടുക്കാം." ആ നിർദ്ദേശം ഞാനും ഭാര്യയും കൈയടിച്ചു സ്വാഗതം ചെയ്തു. തീർച്ചയായും ഈ കാലത്ത് കൊടുക്കാൻ പറ്റിയ ഏറ്റവും നല്ല സമ്മാനം അതു തന്നെയാണെന്ന് എനിക്കു തോന്നി. എന്റെ മകളുടെ അഭിപ്രായത്തിൽ എനിക്കു അഭിമാനം തോന്നുകയും ചെയ്തു. അങ്ങനെയാണ് ആ പുസ്തകമേളയ്ക്ക് ഞാനും മകളും കൂടി പോയതും, കുറച്ച് പുസ്തകങ്ങൾ വാങ്ങിയതും. പിറന്നാൾ സമ്മാനമായി വാങ്ങിക്കൊടുക്കാൻ വാങ്ങിയ പുസ്തകവും ഒരു കഥാസമാഹാരമായിരുന്നു. മകളുടെ കൂട്ടുകാരിക്ക് കഥകൾ ഏറെ ഇഷ്ടമാണെന്ന് അപ്പോഴാണ് ഞങ്ങൾ അറിഞ്ഞത്. അപ്പോൾ വാങ്ങിയ ഒരു പുസ്തകത്തിന്റെ മുകളിലാണ് ഈച്ചകൾ നാലും സർവ്വാധിപത്യം സ്ഥാപിച്ചിരി

ക്കുന്നത്.

ഭാര്യയും മകളും ഭാര്യയുടെ വീട്ടിലേക്ക് രാവിലെ പോയിരുന്നതുകൊണ്ട് ഞാൻ തനിച്ചെ അപ്പോൾ വീട്ടിലുണ്ടായിരുന്നുള്ളൂ. അടുക്കളയിൽ കയറി ഭക്ഷണം വിളമ്പി കഴിച്ചതിനുശേഷം പാത്രങ്ങൾ നന്നായി കഴുകിയും വച്ചിരുന്നു. കാരണം എച്ചിലും പിടിച്ച് പാത്രങ്ങളിരുന്നാൽ അവയിൽ വൃത്തികെട്ട ജനുസ്സായി കണക്കാക്കുന്ന ഈച്ചകൾ വന്നിരിക്കുമെന്നും, വേണ്ടാത്ത രോഗങ്ങളൊക്കെ പരത്തുമെന്നും അറിയാമായിരുന്നു. പക്ഷേ, ഈ ഈച്ചകൾ നാലും എച്ചിൽ തിന്നാൻ വന്നവയായിരുന്നില്ല. അവ നാലും ആ പുതിയ പുസ്തകത്തിന്റെ പുറംചട്ടയിൽ തന്നെയായിരുന്നു പറ്റിച്ചേർന്നിരുന്നത്. ആദ്യമൊക്കെ എന്നെ ശല്യം ചെയ്തിരുന്നുവെങ്കിലും ഇപ്പോൾ അവയ്ക്ക് അങ്ങനെയൊരു ഉദ്ദേശ്യമില്ലെന്ന് തോന്നി. ഞാനും എന്റെ കൃത്യനിർവ്വഹണങ്ങളിലേക്ക് മടങ്ങി, അവയെക്കുറിച്ചുള്ള ചിന്തയുപേക്ഷിച്ച്.

ഞാനപ്പോൾ എഴുതാൻ തുടങ്ങിയത് മഴപെയ്യുന്ന രാത്രിയെക്കുറിച്ചുള്ള ഒരു കവിത ആയിരുന്നു. ആ മഴ രാത്രി എന്റെ ഹൃദയത്തിലുമപ്പോൾ ഒരുപാടു മഴ പെയ്യിച്ചു, ലഹരികളുടെ. രാത്രിയിൽ പെയ്യുന്ന മഴകൾക്ക് ആയിരം ഉന്മാദങ്ങളുണ്ടെന്നും ആ ഉന്മാദങ്ങളിലൂടെ, നനഞ്ഞൊലിച്ച തൂവാനത്തുമ്പികൾ ആകാശങ്ങളിൽ മഴനൃത്തങ്ങൾ ചെയ്യാറുണ്ടെന്നും ഞാനാ കവിതയിൽ മനോഹരമായി കുറിച്ചിട്ടു. മഴകൾ എന്റെ ജീവനാണ്. ആ മഴകളിലൂടെയാണ് പുത്തൻ സ്വപ്നങ്ങളുമായി പുതിയ നാമ്പുകൾ ഭൂമിക്കു മുകളിലേക്ക് കൈകൂപ്പി ഉണരുന്നതെന്ന് എനിക്കറിയാമായിരുന്നു. ഞാൻ അപ്പോൾ ഒന്നിനെപ്പറ്റിയും ചിന്തിക്കുകയായിരുന്നില്ല. ആ പകലവസാനത്തിൽ, അകലങ്ങളിൽ വാകമരങ്ങൾ നിറയെ ചുവന്നപ്പൂക്കളുമായി തലയുയർത്തി നില്ക്കുന്നത് കണ്ടു. ചില്ലകൾ കാണാനൊരിടമില്ലാതെ തിങ്ങി നിറഞ്ഞുനില്ക്കുന്ന ചുവന്നപ്പൂക്കളിലൂടെ ആയിരം സ്വപ്നങ്ങൾ വിരിഞ്ഞുണരുന്നതും ഞാൻ കണ്ടു. ആ ചിന്തയിലൂടെ ഞാൻ വെറുതെ മയങ്ങിപ്പോവുകയായിരുന്നു. ജനാലയ്ക്കരികിലെ കസേരയിൽ പിറകിലേക്ക് ചാഞ്ഞിരുന്ന് ഞാനെപ്പോഴോ ഉറങ്ങിപ്പോയി. ആ ഉറക്കത്തിൽ എന്റെ ലോകത്ത് ഒരായിരം പൂക്കൾ വിടർന്നുനിന്നിരുന്നു, ചുവന്നപ്പൂക്കൾ. എപ്പോഴോ കാറ്റ് പുറത്ത് നിന്ന് ആഞ്ഞുവീശിയപ്പോൾ അറിയാതെ അടഞ്ഞുപോയ ജനാലയുടെ ശബ്ദം കേട്ട് ഞാനുണർന്നു പോവുകയായിരുന്നു. അപ്പോൾ എനിക്ക് അത്ഭുതം തോന്നി. ഞാനിരുന്ന മുറി നിറയെ ചുവന്ന പൂക്കൾ. എന്റെ മേശപ്പുറത്തും, കട്ടിലിലും, തറയിലും, പുസ്തകത്താളുകളിലുമെല്ലാം വിടർന്ന ചുവന്നപ്പൂക്കൾ. അത്ഭുതത്തോടെ ഞാനപ്പോൾ അവയെ കണ്ടു, എന്റെ മനസ്സിലെ ചിന്തയിൽനിന്ന് എപ്പോഴോ ഇറങ്ങിപ്പോയ നാല് ഈച്ചകൾ. അവ നാലും അപ്പോൾ എന്നെ നോക്കി പുഞ്ചിരിച്ചു, ആ പുസ്തകത്തിന്റെ പുറംചട്ടയിൽ ഇരുന്നുകൊണ്ടുതന്നെ. സത്യത്തിൽ ആ കഥാസമാഹാരത്തിലെ കഥകൾക്ക് അപ്പോൾ ആയിരം ചിറകുകൾ മുളയ്ക്കുന്നതായോ

അവയെല്ലാം ഒന്നൊഴിയാതെ പുറത്തേക്കൊഴുകി എന്നെയും, ചുവന്ന പ്പൂക്കളെയും ആ നാല് ഈച്ചകളെയും അഭിവാദ്യം ചെയ്യുന്നതായോ എനിക്കു തോന്നി. എന്റെ ദൈവമേ-ആ ഈച്ചകൾ ആരാണ്? ഞാൻ അത്-എന്നോടുതന്നെ പലപ്രാവശ്യം ചോദിച്ചു. എനിക്ക് അതിനുത്തര മില്ലായിരുന്നു. എല്ലാ പുസ്തകങ്ങളുടെ പുറം ചട്ടകളിലൂടെയും അക്ഷ രങ്ങളെ പ്രണയിക്കാൻ ഒരായിരം ഈച്ചകൾ അന്തരീക്ഷത്തിലൂടെ എനിക്കു നേരെ പറന്നുവരുന്നതുപോലെ തോന്നി. ഞാനപ്പോൾ ജനാല അടച്ചിരുന്നില്ല. തുറന്ന ജനാലയിലൂടെ ഇരമ്പിവന്ന കാറ്റു നിറയെ ചുവ ന്നപ്പൂക്കൾ മാത്രമായിരുന്നു. ആ പൂക്കളെ നോക്കി ഈച്ചകൾ മന്ദഹസി ക്കുന്നത് ഞാനപ്പോൾ കണ്ടു.

പുതിയ ആകാശവും പുതിയ ദൈവങ്ങളും

എനിക്കപ്പോൾ അറിയാമായിരുന്നു ഹൃദയത്തിന് ഹൃദയത്തെ തൊടുവാൻ കഴിയുന്നുവെന്ന്, കണ്ണുകൾക്ക് കണ്ണുകളെ പരസ്പരം രോമാഞ്ചമണിയിക്കുവാൻ കഴിയുന്നുവെന്ന്, കാതുകൾക്ക് കാതുകളെ പുളകിതമാക്കുവാൻ കഴിയുന്നുവെന്ന്. ഞാനൊരു ഭ്രമാത്മകതയുടെ ലോകത്ത് തന്നെയായിരുന്നു. ആ ലോകത്തുവച്ചാണ് ഞാൻ ദൈവത്തിനെ കണ്ടിരുന്നതും, ദൈവത്തിനെ ഞാൻ അഗാധമായി പ്രണയിച്ചതും. എനിക്കറിയാമായിരുന്നു ദൈവം എപ്പോഴും എന്നെ തഴുകി തലോടുന്നുണ്ടെന്ന്, ആ മാന്ത്രിക കൈകളിൽ ഞാൻ ഉയരങ്ങളിലേക്ക് ചെന്നെത്തപ്പെടുകയായിരുന്നു. എനിക്കാ കണ്ണുകളെ ആഴത്തിൽ അമർത്തി ചുംബിക്കണമായിരുന്നു, എനിക്കാ നെറ്റിത്തടങ്ങളെ തഴുകി തഴുകി തലോടണമായിരുന്നു. ആ മുടിയിഴകൾക്കിടയിലൂടെ, എന്റെ കൈ വിരലുകൾക്ക് ചിത്രങ്ങൾ വരയ്ക്കണമായിരുന്നു. എനിക്ക് ദൈവത്തിനെ അഗാധമായി പ്രണയിക്കണമായിരുന്നു. കാലങ്ങളായി ഞാൻ തേടിനടന്നതും ആ ഉന്മാദലഹരിയുടെ നിർവ്വചനാതീതമായ അനുഭൂതികളെ തന്നെയായിരുന്നു. ഞാൻ പലപ്പോഴും മിഴികളടച്ച് കൈകൂപ്പിനിന്ന് ദൈവത്തിനെ എന്റെ ആത്മാവിലേക്ക് ക്ഷണിച്ചിട്ടുണ്ട്.

എല്ലാ പച്ചത്തുരുത്തുകളിലൂടെയും മഴ അപ്പോൾ ആർത്തലച്ച് പെയ്യാൻ തുടങ്ങുകയായിരുന്നു. കോരിച്ചൊരിയുന്ന മഴയത്തും ഞാൻ വെട്ടിത്തിളങ്ങുന്ന വെയിലിനെ കണ്ടു. ആ വെയിലിന്റെ സ്വർണ്ണ പ്രഭയിൽ മരങ്ങളായ മരങ്ങളെല്ലാം പൂത്തുലഞ്ഞു നിന്നു. എനിക്കുമുന്നിൽ പാറിക്കളിച്ച നിശാശലഭങ്ങൾക്കെല്ലാം എപ്പോഴോ മാന്ത്രികച്ചിറകുകൾ കൂടി ലഭിക്കുകയും അവയെല്ലാം അരൂപികളായ നർത്തകികളായി വാനം

നിറഞ്ഞ് പറക്കുകയും ചെയ്തു. ഞാനെന്റെ കണ്ണുകൾ അടച്ചിരുന്നില്ല. പക്ഷേ, ഞാനെന്റെ കണ്ണുകൾ തുറന്നിരുന്നുമില്ല. പാതിയടഞ്ഞു തുറന്ന എന്റെ കണ്ണുകൾക്കുമുന്നിൽ ഭൂമി പലപ്രാവശ്യം സൂര്യനുചുറ്റും ഭ്രമണം ചെയ്യുകയും അവസാനമില്ലാത്ത നെടുവീർപ്പുകളിലുലയുകയും ചെയ്തു. എനിക്കുമുന്നിലപ്പോൾ ദൈവങ്ങൾ മാത്രമായിരുന്നില്ല. പിശാചുക്കളും, മന്ത്രവാദികളും, മാന്ത്രികച്ചിറകുള്ള കൂറ്റൻ പക്ഷികളും മായാതെ മറയാതെ നിറഞ്ഞുതന്നെ നിന്നു. ഞാൻ ഉണർന്നിരുന്നപ്പോളെല്ലാം ഭൂമിയിൽ പലപ്രാവശ്യം മഴയും വെയിലും കാറ്റും വന്നു പോവുകയും അവയെല്ലാം മനുഷ്യനെ ആഴത്തിൽ മത്തുപിടിപ്പിക്കുകയും ചെയ്തു.

അപ്പോഴും ഞാൻ ആരവങ്ങൾ കേൾക്കുന്നുണ്ടായിരുന്നു. ആരുടെതെന്ന് തിരിച്ചറിയാൻ കഴിയാത്ത ആരവങ്ങൾ. മൂർച്ചവയ്ക്കപ്പെടുന്ന കത്തികളുടെ മുനത്തുമ്പുകൾ തിളങ്ങുന്നതും അവ ആരുടെയൊക്കെയോ ഹൃദയങ്ങളെ ആഴത്തിൽ കുത്തിമുറിവേല്പിക്കാൻ പാകപ്പെടുന്നതും ഞാൻ കണ്ടു. അഗ്നി വർഷിക്കുന്ന തോക്കുകളുടെ പ്രകമ്പനം കൊള്ളിക്കുന്ന അലർച്ചകളും എനിക്കു കേൾക്കാമായിരുന്നു.

അവയെല്ലാം നിരപരാധികളുടെ ജീവനെടുത്ത് ഉച്ചത്തിൽ അലറുന്നുണ്ടായിരുന്നു. എനിക്കു മുന്നിലപ്പോൾ ആരവങ്ങൾ ആർത്തലയ്ക്കുകയായിരുന്നു. എന്റെ ഹൃദയത്തിൽ കുടിയേറിപ്പാർത്ത, ഞാനെന്റെ ആത്മാവിന്റെ ശ്രീകോവിലിൽ കാത്തു സൂക്ഷിച്ച ദൈവം എപ്പോഴോ അനാഥമായി ഉപേക്ഷിക്കപ്പെട്ട് വഴിയോരങ്ങളിൽ രക്തംവാർന്ന മുഖവുമായി കിടന്നതുകണ്ട് ഞാൻ ഞെട്ടി. ഞാൻ പ്രണയിച്ച ദൈവം എനിക്ക് എപ്പോഴാണ് നഷ്ടപ്പെട്ടത്. ആരാണ് എന്റെ ദൈവത്തെ എന്റെ ഹൃദയത്തിൽനിന്നും കവർന്നെടുത്തത്. അടഞ്ഞ കോവിലുകൾക്കുള്ളിൽ നിന്നും കരിങ്കൽത്തൂണുകളിൽനിന്നും കാറ്റായും, മഴയായും വെയിലായും ദൈവം എപ്പോഴോ സ്വാതന്ത്ര്യം നേടി ഭൂമിയെ ആഞ്ഞുപുണരുകയും ചുംബിക്കുകയും ചെയ്യുന്നുണ്ടായിരുന്നു. പക്ഷേ, ദൈവത്തെ ആരോ എപ്പോഴോ ബന്ധിച്ചിരിക്കുന്നു. ഇരുമ്പു ചങ്ങലകൾ കാലിൽ മുറുക്കി കാലത്തിന്റെ ഓരങ്ങളിൽ, ദൈവം സ്വാതന്ത്ര്യം നഷ്ടപ്പെട്ട് ദീനം ദീനം വിലപിക്കുന്നത് ഞാനെപ്പോഴോ എന്റെ ഹൃദയംകൊണ്ട് കേട്ടു. ദൈവങ്ങളെ മോഷ്ടിക്കുന്നവരെ, ദൈവങ്ങളുടെ ഹൃദയങ്ങളെ കാർന്നു തിന്നുന്നവരെ എനിക്കെല്ലാ തീരങ്ങളിലും കാണാൻ കഴിഞ്ഞു. നിസ്സഹായനായ ദൈവത്തെയായിരുന്നോ ഇത്രനാൾ ഞാൻ പ്രണയിച്ചത്, ആത്മാവിന്റെ ആഴത്തിൽ പ്രതിഷ്ഠിച്ചത്. ഞാൻ അപ്പോഴും കണ്ണുകൾ തുറന്നില്ല. എന്റെ കണ്ണുകൾക്കു മുന്നിൽ ആ കണ്ണുകൾ തന്നെയായിരുന്നു, ദൈവത്തിന്റെ കണ്ണുകൾ. ഒരിക്കൽ ഞാൻ ആത്മാവിന്റെ അകത്തളങ്ങളിൽ ആരും കാണാതെ ചുംബിച്ചിരുന്ന എന്റെ ദൈവത്തിന്റെ കണ്ണുകൾ. എനിക്കെന്റെ പ്രണയം നഷ്ടപ്പെടുകയാണോ? എനിക്ക് ദൈവത്തെയല്ലാതെ മറ്റാരെയും പ്രണയിക്കാൻ കഴിയില്ല. ദൈവത്തിന്റെ കൈകളെ മാത്രമേ ഞാൻ മുറുകെ പുണരുകയുള്ളൂ. പക്ഷേ, എന്റെ ദൈവം എവിടെപ്പോയ്

മറഞ്ഞു? ഞാനിപ്പോഴും ആരവങ്ങൾ കേൾക്കുന്നുണ്ട്. തോക്കിൻ മുനകൾ അഗ്നി വർഷിക്കുമ്പോൾ, കത്തിമുനകൾ ഹൃദയങ്ങളിൽ ആഴത്തിൽ ആണ്ടിറക്കുമ്പോൾ നിസ്സഹായരായ മനുഷ്യരുടെ കരച്ചിലുകൾ കൊണ്ടുള്ള ആരവങ്ങൾ. ഭൂമിയുടെ ഭ്രമണ പഥങ്ങൾ രക്തങ്ങൾകൊണ്ട് നിറയുമ്പോൾ ദൈവം എവിടെയോ വീണ് പിടയുന്നത് ഞാനറിയുന്നുണ്ട്. ദൈവങ്ങൾ വീണ്ടും വീണ്ടും ക്രൂശിലേറ്റപ്പെടുകയോ നിറഞ്ഞൊഴുകുന്ന പ്രളയത്തിലൂടെ കാലത്തിൽനിന്ന് മാഞ്ഞുപോവുകയോ ചെയ്യുന്നത് ഞാനറിഞ്ഞു.

എനിക്കാ മുന്തിരിക്കുലകളെ വീണ്ടെടുക്കണമായിരുന്നു. എന്റെ ഹൃദയത്തെ ഉന്മാദംകൊണ്ട് നിറയിച്ചിരുന്ന, ആകാശങ്ങൾക്കുമീതെ പറത്തിച്ചിരുന്ന ആ ലഹരികളെ എനിക്ക് തഴുകി തഴുകി തലോടണമായിരുന്നു. എനിക്കാ കാറ്റുകളെയും വീണ്ടെടുക്കണമായിരുന്നു. ആ കാറ്റിലൂടെയാണ് ഞാൻ ഭൂമി മുഴുവൻ ഭാരമില്ലാത്ത അവസ്ഥയിലൂടെ പറന്നുനടന്നിരുന്നത്. ആ കാറ്റുകൾക്ക് ദൈവത്തിന്റെ ചിറകുകൾ ആയിരുന്നു. എനിക്കാ തേൻ കിണ്ണങ്ങളെയും വീണ്ടെടുക്കണമായിരുന്നു. അതെന്റെ ദൈവത്തിന്റെ ചുണ്ടുകളായിരുന്നു. ആ ചുണ്ടുകളിൽ നിന്നുതിർന്നുവീണ തേൻതുള്ളികൾ കൊണ്ടായിരുന്നു ഭൂമിയിലെ മണ്ണിൽ പൂക്കൾ വിടരുകയും ആ പൂക്കൾകൊണ്ട് ഒരായിരം വസന്തങ്ങൾ ഭൂമി മുഴുവൻ നിറയുകയും ചെയ്തത്.

പക്ഷേ, ഞാൻ അശക്തയായി. എന്റെ കണ്ണുകൾക്കു മുന്നിലിപ്പോൾ ദൈവമില്ല, ദൈവത്തിന്റെ മാന്ത്രികച്ചിറകുകളുമില്ല. ഞാൻ ഭൂമിയിലെ മണ്ണിൽ വേരറ്റുകിടന്നൊരു പാഴ്ച്ചെടിയായി, ദൈവത്തിന്റെ ചുടുനെടുവീർപ്പിനായി കാതോർത്തു. അപ്പോഴും തെരുവോരങ്ങളിൽ ആരവങ്ങൾക്ക് അവസാനമില്ലായിരുന്നു. എല്ലാ ആരവങ്ങളിലൂടെയും തിരിച്ചറിയാനാവാത്ത തേങ്ങലുകൾ അലയുന്നത് ഞാനറിഞ്ഞു. വെടിയേറ്റുമരിച്ച കുഞ്ഞുങ്ങളുടെ ഹൃദയങ്ങളിൽനിന്ന്, വെടിയേറ്റ് മരിച്ച അമ്മമാരുടെ ഗർഭപാത്രങ്ങളിൽനിന്ന്, ആയിരം നിസ്സഹായരുടെ രക്തത്തുള്ളികളിൽ നിന്ന് ദൈവങ്ങൾ പുനർജ്ജനിക്കുന്നതിന്റെ ശബ്ദം ഞാൻ കേട്ടു. ചിതറിത്തെറിച്ച മാംസത്തുണ്ടുകൾ വീണ്ടും വീണ്ടും ചേർക്കപ്പെടുകയോ അവയെല്ലാം കോർത്തിണക്കി പുതിയ മനുഷ്യർ തെരുവോരങ്ങളിൽ നിറയുകയോ ചെയ്തപ്പോൾ ദൈവം പുഞ്ചിരിക്കുന്നതുപോലെ എനിക്ക് തോന്നി. ദൈവങ്ങൾ അങ്ങനെയും ജനിച്ചേക്കാം. എല്ലാ കരിങ്കൽ തൂണുകളിൽനിന്നും സ്വാതന്ത്ര്യം പ്രാപിക്കുന്ന ദൈവങ്ങൾക്ക് മൗനമായി കണ്ണുനീർ വാർക്കുവാനേ കഴിയുകയുള്ളുവെന്ന് ഞാനെന്റെ ഡയറിയിൽ കുറിച്ചിട്ടപ്പോൾ, അകലെ തെരുവോരങ്ങളിൽ വെടിയൊച്ചകൾ കേൾക്കാമായിരുന്നു. നിസ്സഹായരായ മനുഷ്യരുടെ പലായനങ്ങളുടെ നീണ്ടനിരകൾക്കുനേരെ തോക്കുകൾ തീ തുപ്പുന്ന ശബ്ദങ്ങൾ. ഞാൻ കണ്ണടച്ചു, കാതുകൾ അടച്ചു.

ലോകം അശാന്തമാണ്. ഒരു ദൈവവും ഉണർന്നിരിക്കുന്നില്ല, മനു

ഷ്യരെ കാത്തു സൂക്ഷിക്കുവാൻ. എല്ലാ ദൈവങ്ങളും അഗാധമായ ഉറക്കത്തിലാണ്, ഒരിക്കലും ഉണരാതെ. ഞാനെന്റെ പ്രണയ മന്ത്രങ്ങൾ കൊണ്ടെഴുതിയ ദൈവച്ചിത്രങ്ങൾ ആർക്കും വേണ്ടാതെ അനാഥമായി, നിരാലംബമായി തെരുവുകളിൽ വീണു കിടപ്പുണ്ടായിരുന്നു. ആ ചിത്രങ്ങൾക്കു മുകളിലൂടെ നഗ്നപാദരായ അനേകർ ക്ഷീണിച്ച ശരീരങ്ങളോടെ എങ്ങോട്ടൊക്കെയോ പോകുന്നുണ്ടായിരുന്നു, ഒരിക്കലും കണ്ടെത്താത്ത ദൈവത്തിന്റെ ചിത്രങ്ങളെ ഹൃദയത്തിൽനിന്ന് വലിച്ചെറിഞ്ഞ്.

ഞാൻ ഉറങ്ങിയിരുന്നില്ല. ഉണർന്നുതന്നെ കിടന്നു. ജനാലയും അടച്ചിരുന്നില്ല. വീശിയടിച്ച തണുത്തകാറ്റു നിറയെ ചോരയുടെ ഗന്ധം. ഹൃദയത്തിൽ അപ്പോൾ കേട്ടത് അവസാനമില്ലാത്ത നിലവിളികൾ മാത്രമായിരുന്നു, അശരണരുടെ. ദൈവങ്ങൾ അപ്പോൾ എവിടെയോ?

ആകാശങ്ങളിലപ്പോൾ ചുവന്ന മേഘങ്ങൾ തുടുത്തുണരുന്നുണ്ടായിരുന്നു, ഭൂമിയിലേക്ക് പെയ്തിറങ്ങുവാൻ. എല്ലാ ചുവന്ന മേഘങ്ങളിലൂടെയും വീശിയടിച്ച കാറ്റു നിറയെ പുതിയ സ്നേഹത്തിന്റെ പുത്തൻ ഉണർവ്വുകളായിരുന്നു. ആ പുത്തൻ ഉണർവ്വുകളിലൂടെയായിരുന്നു പുതിയ ദൈവങ്ങൾ പുനർജ്ജനിച്ചത്.

കാഞ്ഞിരമരം

പിന്നൊന്നും ചിന്തിച്ചില്ല. കിട്ടിയ വിലയ്ക്ക് വീടും പറമ്പും വില്പനയായി. അത്രപെട്ടെന്ന് ആ കച്ചവടം തരപ്പെടുത്താൻ നസീമയെ സഹായിച്ചത് സ്ഥലത്തെ പ്രധാന വസ്തു ബ്രോക്കർ രാമയ്യൻപിള്ളയായിരുന്നു. ഓരോ കാര്യത്തിനും അതിനാവശ്യമായ സമയം കൂടിയേ തീരു. എന്നിരുന്നാലും കണ്ണടച്ചു തുറക്കുന്ന സമയം എന്നു പറയുന്നതുപോലെയായിരുന്നു രാമയ്യൻപിള്ളയുടെ മിടുക്കുകൊണ്ട് ആ കച്ചവടം പെട്ടെന്നു നടന്നത്.

"ങളെന്താ - എന്നെപ്പറ്റി വിചാരിച്ചെ—

ഞാൻ വിചാരിച്ചാൽ ഒന്നും നടക്കില്ലെന്നോ?"

വില്പന ഉറപ്പാക്കിയശേഷം രാമയ്യൻപിള്ള കൈനടുവിൽ കുത്തി മുറ്റത്ത് നിന്നുകൊണ്ട്, പശുവിന് പുല്ലരിഞ്ഞുകൊടുത്തുകൊണ്ടിരുന്ന നസീമയോട് ഒരു ഒറ്റ ചോദ്യം. നസീമ ഒന്നും ഉത്തരം പറയാതെ നന്ദിസൂചകമായി രാമയ്യൻപിള്ളയുടെ മുഖത്തേക്ക് ഒന്ന് നോക്കിയശേഷം, കറവ വറ്റിയ പശുവിന് പുല്ലരിഞ്ഞുകൊടുക്കുന്നത് തുടർന്നുകൊണ്ടേയിരുന്നു. പശു അപ്പോൾ അഴുക്കുപിടിച്ച ശരീരത്തിൽ വന്നിരുന്ന മുഷിഞ്ഞ ഈച്ചകളെ വാല് കൊണ്ട് ആട്ടിപ്പായിക്കുകയായിരുന്നു.

"ങക്ക് - അറിയോ - ജെ സി ബി ഇവിടെ ഉഴുതുമറിക്കാൻ പോകയാണ്. നിങ്ങടെയി കാടുപിടിച്ച പറമ്പിൽ ഒരു ഫ്ളാറ്റാണ് ഉയരാൻ പോകുന്നത്. നല്ല കാശും കിട്ടും. സന്തോഷമല്ലേ?"

രാമയ്യൻപിള്ളയുടെ വാക്കുകൾക്ക് നസീമ ഒന്നും ഉത്തരം നല്കിയില്ല.

നസീമയുടെ ഉള്ളിന്റെ ഉള്ളിൽനിന്ന് ഒരുപാട് ചോദ്യങ്ങളും ഉത്തര

ങ്ങളും ഓരേ സമയം പ്രവഹിക്കാൻ തുടങ്ങുകയും ആ ചോദ്യോത്തരങ്ങളുടെ അതിപ്രസരത്തിലൂടെ നസീമ നന്നെ വിയർത്തൊലിക്കുകയും ചെയ്തു. ഒടുവിൽ അത് സംഭവിച്ചു. ഒരിക്കലും സംഭവിക്കരുതെന്നു ഹൃദയത്തിൽ ആയിരം വട്ടം ഊട്ടിയുറപ്പിച്ചുകൊണ്ടിരുന്നത്. പഴയ തറവാടും തറവാട്ടുമുറ്റവും, ചുറ്റിനും പരന്നുകിടക്കുന്ന ഒന്നരയേക്കർ പറമ്പും ഒരിക്കലും കൈവിട്ടു പോകരുതെന്ന് മോഹിച്ചിരുന്നതാണ്. ഓരോ മൺത്തരിത്തുണ്ടിനോടും, ഓരോ പച്ചിലതുമ്പിനോടും, ഓരോ വേരിൻ പടർപ്പിനോടും നസീമയ്ക്ക് അഗാധമായ പ്രണയമുണ്ടായിരുന്നു. ഒരിക്കലും അവസാനിച്ചുപോകരുതേയെന്ന് മോഹിച്ചിരുന്ന പ്രണയം. നീണ്ടു പരന്നുകിടക്കുന്ന പറമ്പു മുഴുവൻ തിങ്ങിവിങ്ങിനില്ക്കുന്ന മരങ്ങളുണ്ട്. ആ മരങ്ങൾക്കിടയിലൂടെ ചാടി കളിക്കുന്ന അണ്ണാറക്കണ്ണന്മാരുടെ കൂട്ടങ്ങളുണ്ട്. നസീമയുടെ ഹൃദയത്തിലൂടെ ഒരു ദീർഘനിശ്വാസം ഉണർന്ന് ഉയർന്നു പോയി. ആ ദീർഘനിശ്വാസം മുഴുവൻ നിറഞ്ഞുനിന്നിരുന്നത് നസീമയ്ക്ക് ആ പറമ്പിനോടുള്ള ആത്മബന്ധത്തിന്റെ അലകളായിരുന്നു.

തറവാട്ടുവീടിന്റെ ഉമ്മറത്തിരുന്ന് നസീമയുടെ തലയിലെ പേൻനുള്ളിയെടുത്തുകൊണ്ട്, നസീമയുടെ ഉമ്മ നസീമയുടെ ചെവിയിൽ പതിയെ മന്ത്രിച്ചു. " നീയെന്താ കാട്ടിത് കുട്ടി, നമ്മുടെയീ പറമ്പും വീടും വില്ക്കുകയോ.? നിന്റെ ഉപ്പായുടേയും ഉമ്മയുടേയും ആത്മാവുകൾ ഉറങ്ങുന്ന മണ്ണ്." ഒഴുകുന്ന കാറ്റിലൂടെ ഉമ്മയുടെ സ്വരം നസീമ തിരിച്ചറിഞ്ഞു. നസീമയുടെ കണ്ണുകൾ ആർദ്രമായി, ചുണ്ടുകൾ വിറകൊണ്ടു. നസീമയുടെ മുന്നിൽ നിന്ന് ഉമ്മ എപ്പോഴോ മാഞ്ഞു പോയി. എങ്കിലും ഉമ്മയോടെന്ന പോലെ നസീമയുടെ ചുണ്ടുകൾ മെല്ലെ ചലിച്ചു. "ക്ഷമിക്കു ഉമ്മ ക്ഷമിക്കൂ. ഈ മണ്ണിനോട്, ഈ പറമ്പിനോട് എനിക്ക് സ്നേഹമില്ലാഞ്ഞിട്ടല്ല. അങ്ങനെ ആയി പോവുകയാണ്." നസീമയിൽ അപ്പോൾ നിറഞ്ഞുനിന്നത് ഒരു ഗദ്ഗദത്തിന്റെ ചിലമ്പൊലിയായിരുന്നു. അപ്പോൾ വീശിയടിച്ച കാറ്റ് പറമ്പിലെ മരങ്ങൾക്കിടയിലെവിടെയോ – ഗതി കിട്ടാത്ത ആത്മാവുപോലെ അലമുറയിട്ടു തേങ്ങുന്നുണ്ടായിരുന്നു. നസീമ ആകാശത്തിന്റെ അനന്തതയിലേക്കു നോക്കി. ആകാശമപ്പോൾ തികച്ചും നിർഭയമായി നിവർന്നുവിടർന്ന് കിടന്ന് ഭൂമിയെ ഉറ്റുനോക്കുകയായിരുന്നു, നസീമയുടെ കുഞ്ഞു പറമ്പിനെ നോക്കുകയായിരുന്നു. ആരൊക്കെയോ അപ്പോൾ കടന്നുവരുന്നതായോ കടന്നുപോകുന്നതായോ നസീമയ്ക്ക് തോന്നി. എല്ലാം മുഖങ്ങളെയും നസീമ തിരിച്ചറിഞ്ഞു.

"നിങ്ങളെന്താ – കണ്ണുമിഴിച്ചിരിക്കുന്നത്, പശുവിന് തീറ്റ കൊടുക്കുകയല്ലേ?"– രാമയ്യൻപിള്ള കൈയിലിരുന്ന കാലൻകുട അന്തരീക്ഷത്തിലേക്കു വീശി ഉറക്കെ ചോദിച്ചപ്പോൾ നസീമയിലൂടെ കാലം മടങ്ങി വന്നു. അപ്പോഴും കാലത്തിനു മുമ്പെ മാഞ്ഞുപോയ ഉമ്മ, കാതുകളിൽ വലിയ തോട്ട തൂക്കി, തലയിൽ തട്ടമിട്ട്, കൈകളിൽ പൊന്നിന്റെ വളകളിട്ട്, നസീമായ്ക്ക് ഒപ്പം തന്നെയുണ്ടായിരുന്നു. "നീയൊന്നു ഓർത്തു നോക്കിയേ നസീമ, നിന്റെയീ പറമ്പിനെപ്പറ്റി. എത്രയെത്ര കഥകളുറ

ങ്ങുന്ന പറമ്പാണിത്. എന്തു നിസ്സാരമായാണ് രാമയ്യൻപിള്ളയെക്കൊണ്ട് കിട്ടിയ വിലയ്ക്ക് വിറ്റിരിക്കുന്നത്? നിനക്കീ പടികളിറങ്ങി പോകുവാൻ കഴിയുമോ?" നസീമയുടെ ഉമ്മയുടെ നിഴൽ അപ്പോൾ നസീമയ്ക്കു മുമ്പിൽ തീർത്തും ഉണ്ടായിരുന്നു, കാലത്തിനൊരിക്കലും മായ്ക്കാൻ കഴിയാത്ത വിധം. നസീമ ശബ്ദിച്ചില്ല, വെറുതെ അർത്ഥമില്ലാതെ ചിരിക്കാൻ ശ്രമിച്ചു. എന്തൊക്കെയോ തനിയെ സംസാരിച്ച് മടങ്ങിപ്പോകുന്ന രാമയ്യൻപിള്ളയ്ക്കു പിന്നിലൂടെ പകലിന്റെ വെട്ടവും കുറഞ്ഞു കുറഞ്ഞു വരുന്നത് നസീമയറിഞ്ഞു. ഇരുളാൻ തുടങ്ങുന്ന മങ്ങിയ വെളിച്ചത്തിലൂടെ പറമ്പു നിറയെ പക്ഷികൾ പറക്കുന്നത് നസീമ കണ്ടു. പക്ഷികളുടെ ചിറകടികൾക്കുപിന്നാലെ ഓരിയിട്ടുകൊണ്ട് നായ്ക്കളുടെ കൂട്ടവും പറമ്പിന് കുറുകെയും നെടുകെയും പായുന്നുണ്ടായിരുന്നു. നസീമായ്ക്ക് ഓർമ്മയുണ്ടായിരുന്നു ആ കാലങ്ങൾ. തടി കച്ചവടം നടത്തിയിരുന്ന ഉപ്പ ചുരുങ്ങിയ വിലയ്ക്ക് ആ പഴയ വീടും ഒന്നരയേക്കർ പറമ്പും സ്വന്തമാക്കിയത്, കഥകളുറങ്ങുന്ന പറമ്പിൽ നിറയെ കാട്ടുവള്ളിചെടികൾ തലങ്ങും വിലങ്ങും പൂത്തും പൂക്കാതെയും പടർന്ന് കിടന്നിരുന്നത്.

"നസീമ–നീ പറമ്പിലൂടെ വെറുതെ ഓടിച്ചാടി നടക്കല്ലേ, ഒക്കെ മുള്ളും പടലുമാ." ഉമ്മയുടെ സ്നേഹസ്വരത്തിൽ കൊച്ചു നസീമ മുറ്റത്തെ തെങ്ങിൻചുവട്ടിലിരുന്ന് പൊഴിഞ്ഞുകിടക്കുന്ന വെള്ളയ്ക്കാ പെറുക്കി മുകളിലേക്ക് അമ്മാനമാടികളിച്ചുകൊണ്ടിരുന്നു. പറമ്പുനിറയെ കായ്ച്ചും കായ്ക്കാതെയും നില്ക്കുന്ന മരങ്ങൾക്കിടയിലൂടെ കാലം പെയ്തൊഴുകുകയായിരുന്നു. തളിർ മരച്ചില്ലകളിൽ പൂക്കൾ നിറയുകയോ ആ പൂക്കളെല്ലാം കായ്കളാവുകയോ ആ കായ്കളിൽനിന്ന് വീണ്ടും തളിർച്ചെടികൾ ജനിക്കുകയോ ചെയ്തുകൊണ്ടിരുന്നു. പറമ്പിനു ഒത്ത നടുവിൽ നിന്നിരുന്ന കാഞ്ഞിരമരം നിറയെ മഞ്ഞനിറത്തിലെ കായ്കൾ തിങ്ങിനിന്നപ്പോൾ, അതു പറിച്ചു തിന്നാൻവേണ്ടി വാശിപിടിച്ചുകരഞ്ഞ നസീമയുടെ കുഞ്ഞുതുടയിൽ ഒരടികൊടുത്ത് ഉപ്പ പതിയെ പറഞ്ഞു. "കുറുമ്പിപെണ്ണേ നിനക്കെന്തെറിയാം – കാഞ്ഞിരം കയ്ക്കില്ലേ" അതൊരു പുതിയ അറിവായിരുന്നു. പഴുത്തു തുടുത്ത ആ പഴത്തിനുപോലും കയ്ക്കാനുള്ള കഴിവുണ്ടെന്ന്. ആ കാഞ്ഞിരകയ്പ്പിന്റെ അറിവിലൂടെയും കാലം മുന്നിലൂടെ കുത്തൊഴുകി. അപ്പോഴായിരുന്നു ആ സംഭവം. ഉമ്മയുടെ സാരിത്തുമ്പിൽ തൂങ്ങിനടന്നിരുന്ന മൂത്ത ഇത്താ സലീന, കൊച്ചു വെളുപ്പാൻകാലത്തെ തണുപ്പിൽ പറമ്പിലെ മരങ്ങളുടെ അരികുപറ്റിപ്പിടിച്ച്, ഉപ്പായുടെ തടിമില്ലിൽ തടി അറുക്കാൻ നിന്നിരുന്ന സുകുവിനൊപ്പം നാടുവിട്ടു പോയത്. പറമ്പു മുഴുവൻ വിറച്ചു പോയിരുന്നു, ഓരോ മരവും പേടി കൊണ്ട് ആടിയുലഞ്ഞിരുന്നു, ഉപ്പായുടെ അലർച്ച കേട്ട്. ഉമ്മയുടെ കണ്ണുകളിലെ ദൈന്യഭാവത്തിലേക്ക് കാർക്കിച്ചുതുപ്പിയ ഉപ്പയുടെ അലർച്ച നാടു മുഴുവൻ നിറഞ്ഞുനിന്നു. പറമ്പിൽ ഓടിക്കളിച്ചിരുന്ന അണ്ണാറക്കണ്ണന്മാർ പേടിച്ചരണ്ട കണ്ണുകളോടെ എങ്ങോ പോയ് മറഞ്ഞു. വൃക്ഷച്ചില്ലകളിൽ കൂടുകൂട്ടിയിരുന്ന വണ്ണാത്തിക്കിളികളും ചുട്ടു

പൊള്ളുന്ന കാലത്തിന്റെ മാറിലേക്ക് കുഴഞ്ഞച്ചിറകുകളുമായി പറന്നകന്നു. ഉപ്പാ കണ്ണിൽ കണ്ടവരെയൊക്കെ ചീത്ത വിളിച്ചു. നസീമയെന്ന പത്തുവയസ്സുകാരിയെ കാരണമില്ലാതെ മുന്നിൽനിന്നും തല്ലിയോടിച്ചു. അപ്പോഴും പറമ്പിന്റെ മദ്ധ്യത്തിൽ നിന്നിരുന്ന കാഞ്ഞിരമരം നിറയെ പഴുത്ത കായ്കൾ തൂങ്ങിനില്പുണ്ടായിരുന്നു, ഉള്ളിലെ മുഴുവൻ കയ്പുമായി. ഇരുളിന്റെ മറവുപറ്റി തടിഅറപ്പുകാരൻ സുകുവിനൊപ്പം നാടുവിട്ട സലീനത്തായെ കാണാൻ ഉമ്മയുടെ തട്ടത്തിൽ പിടിച്ച് വാശിപിടിച്ചപ്പോൾ, മുറിയുടെ മൂലയിൽ ചുരുട്ടിവച്ചിരുന്ന നിസ്കാരപായയിലേക്ക് ചൂണ്ടി ഉമ്മ അള്ളായോടു പ്രാർത്ഥിക്കുന്നതു കേട്ടു.

"എന്റെ റബ്ബേ, എന്റെ മോളെ രക്ഷിച്ചോണെ. അവൻ ഏതു മതക്കാരനോ ആയിക്കോട്ടെ, എന്റെ മോളെ നോക്കിയാൽ മതിയായിരുന്നു." ഉമ്മയുടെ പ്രാർത്ഥന അള്ളാ കേട്ടുകാണില്ല, കേട്ടിരുന്നുവെങ്കിൽ അന്നേയ്ക്കു മൂന്നാം ദിവസം, സലീനത്തായെ മോഷ്ടിച്ചുകൊണ്ടുപോയ തടിയറപ്പുകാരന്റെ ജഡം പറമ്പിലെ ഒഴിഞ്ഞ കോണിലെ പൊട്ടകിണറ്റിൽ പൊങ്ങിക്കിടക്കില്ലായിരുന്നു. ഉമ്മയുടെ അലമുറയിടൽ ഇപ്പോഴും കാതിലുണ്ട്. ഉപ്പാ വാതിലടച്ച് മുറിയിലിരിക്കുന്നതും ഓർക്കുന്നുണ്ട്. സുകുവിന്റെ ജീവനറ്റദേഹം കണ്ട് എങ്ങോട്ടോ പാഞ്ഞുപോയ സലീനത്തായുടെ ഒരിക്കലും അവസാനിക്കാത്ത തേങ്ങൽ ഇപ്പോഴും പറമ്പിൽ ചുറ്റിക്കറങ്ങുന്നതുപോലെ തോന്നിക്കാറുണ്ട്, രാത്രികളിലും പകലുകളിലും. കവലകളിൽ ആരൊക്കെയോ പറഞ്ഞുനടന്നു, ഓള് സുകുവിന്റെ കൂട്ടരെത്തേടി നാടുവിട്ടുപോയെന്ന്. പക്ഷവാതം പിടിച്ച് ദേഹം അനങ്ങാതെ തളർന്നുകിടന്നപ്പോൾ പലപ്പോഴും ഉപ്പയുടെ വരണ്ട കണ്ണുകളിൽനിന്ന് കണ്ണുനീരൊഴുകുന്നത് കണ്ടിട്ടുണ്ട്. രാത്രിയുടെ രണ്ടാംയാമങ്ങളിൽ ഉറക്കത്തിൽ പേ പിടിച്ച് അലറുന്നതുപോലെ കരയുന്നതും കേട്ടിട്ടുണ്ട്. ഉപ്പായുടെ കണ്ണുകൾക്കു മുന്നിലെപ്പോഴും പറമ്പിനുനടുവിലെ പുല്ലുമൂടി കിടക്കുന്ന പൊട്ടക്കിണറിന്റെ ചിത്രം മാത്രമാണെന്ന് ഉമ്മ പറഞ്ഞിരുന്നപ്പോഴെല്ലാം, ആ പൊട്ടക്കിണർ മൂടുന്നതിനെപ്പറ്റിയും ഉമ്മ ചിന്തിച്ചിരുന്നതാണ്. പക്ഷേ, എന്തുകൊണ്ടൊ അതുനടന്നില്ല. വേനലും മഴയും മഞ്ഞുമെല്ലാമായി കാലമെത്രയോ കഴിഞ്ഞുപോയിട്ടും, പറമ്പിനു നടുവിലെ പൊട്ടക്കിണർ ഇപ്പോഴും അതുപോലെ തന്നെ, യാതൊരു മാറ്റവുമില്ലാതെ ഇരുൾമൂടികിടക്കുന്നു പകൽപോലും ഇരുണ്ടുക്കിടക്കുന്ന പറമ്പിന്റെ നടുവിലെ കാഞ്ഞിരമരച്ചോട്ടിലൂടെ കാലം കുത്തൊഴുകി പാഞ്ഞു.

നസീമയ്ക്കു മുൻപിൽ പകലിരുണ്ടു കഴിഞ്ഞിരുന്നു. പശു തീറ്റ നിർത്തി പതിയെ ചാഞ്ഞ് കിടന്ന് അയവിറക്കാൻ തുടങ്ങുകയും ചെയ്തിരുന്നു. ഇരുണ്ടുകിടക്കുന്ന പറമ്പിന്റെ നിഗൂഢതകളിലേക്ക് നോക്കി നസീമയുടെ ചുണ്ടുകൾ പതിയെ മന്ത്രിച്ചു. 'അങ്ങനെ ഞാനും ഇവിടെ വിടുന്നു. ഈ പറമ്പും വീടും വിറ്റു കഴിഞ്ഞിരിക്കുന്നു. നാളെ ഇവിടെ നിന്ന് ഒറ്റയ്ക്ക് പടിയിറങ്ങുമ്പോൾ, ഇരുള് കട്ടപിടിച്ചു കിടക്കുന്ന അകം

മുറികളിലെവിടെയോ നിന്ന് ഉപ്പായുടെയും ഉമ്മയുടെയും സ്വരങ്ങൾ കേൾക്കും. ലോകത്തിലെവിടെയോ ഉണ്ടോ ഇല്ലയോയെന്നറിയാത്ത സലീനത്തായുടെ ഒടുങ്ങാത്ത തേങ്ങലിനോടും നാളെ യാത്ര ചൊല്ലും. പറമ്പിനു നടുവിലെ മണ്ണുവീണ്ടുകീറിയുണ്ടായ ചാലിനോടും, നിറയെ നില്ക്കുന്ന മരങ്ങളോടും, എല്ലാ മരങ്ങളിലൂടെയും ഓടിക്കളിക്കുന്ന അണ്ണാറക്കണ്ണന്മാരോടും, പക്ഷിക്കൂട്ടങ്ങളോടും യാത്ര പറയും. അപ്പോഴും യാത്ര പറയാൻ പോലും കഴിയാത്തവിധം പറമ്പിനുനടുവിൽ നില്ക്കുന്ന കാട്ടുകാഞ്ഞിരമരത്തിന്റെ ഉണങ്ങിയച്ചില്ലകളും, ആർത്തനാദങ്ങൾ മുഴക്കുന്ന പൊട്ടക്കിണറിന്റെ ശൂന്യതയും പിന്നിലവശേഷിക്കും. നസീമയ്ക്കു മുന്നിലപ്പോൾ കടവാവലുകൾ വട്ടം ചുറ്റി പറന്നുതുടങ്ങിയിരുന്നു. തീർച്ചയായും നാളെ ഇവിടം വിടുന്നു, എങ്ങോട്ടെന്നില്ലാതെ. തൊഴുത്തിൽ നില്ക്കുന്ന പശുവിന്റെ കെട്ടഴിച്ചു വിടുമ്പോൾ ഒരുപക്ഷേ, അതിന്റെ ഹൃദയവും തേങ്ങുമായിരിക്കും – അറിയില്ല.' – നസീമ കണ്ണുതുടച്ചു. ഇരുളിന്റെ കട്ടികൂടുകയായിരുന്നു, മറ്റൊരു വെളിച്ചത്തിനും തുളച്ചു കയറാനാകാത്തവിധം. മരച്ചില്ലകളിൽ അപ്പോൾ ശബ്ദങ്ങളുണ്ടായിരുന്നു.

കഥകളുറങ്ങുന്ന ഈ പറമ്പിന്റെ നിഗൂഢതകളെ, കാട്ടുവള്ളിപ്പടർപ്പുകളെ, ഇപ്പോഴും മൂടാതെ അവശേഷിക്കുന്ന പൊട്ടക്കിണറിന്റെ–ശൂന്യതകളെ–കാലങ്ങൾക്ക് പിന്നിലേക്ക് വലിച്ചെറിഞ്ഞ് ജെ സി ബി–എന്ന കഴുകൻ യന്ത്രം ഈ പറമ്പിനെ നാളെ വാരി വിഴുങ്ങാൻ പോകുകയാണ്. നസീമയുടെ ഹൃദയത്തിലപ്പോൾ കാഞ്ഞിരമരം മാത്രമായിരുന്നു, നിറയെ കായ്ക്കുന്ന പഴങ്ങളുമായി നില്ക്കുന്ന കാഞ്ഞിരമരം.

www.ingramcontent.com/pod-product-compliance
Lightning Source LLC
LaVergne TN
LVHW092052051026
849517LV00013B/2512
* 9 7 8 9 3 9 4 7 5 3 1 2 9 *